ஒரு சொல் கேளீர்!

ஒரு சொல் கேளீர்!

அரவிந்தன் (பி.1964)

இதழாளர், எழுத்தாளர், மொழிபெயர்ப்பாளர்.

இதழியல் துறையில் முப்பதாண்டுக் கால அனுபவம்கொண்டவர். *இந்தியா டுடே, காலச்சுவடு, சென்னை நம்ம சென்னை, நம் தோழி* ஆகிய இதழ்களில் பணியாற்றியுள்ளார். *தி இந்து தமிழ்* நாளிதழின் இணைப்பிதழ்களின் ஆசிரியராகப் பணியாற்றினார்.

இலக்கியம், தத்துவம், பெண்ணுரிமை, அரசியல், மொழி, திரைப்படம், கிரிக்கெட் ஆகியவற்றைக் குறித்த கட்டுரைகளை எழுதிவருகிறார்.

சிறுகதைகள், நாவல், இலக்கிய விமர்சனக் கட்டுரைகள், அரசியல் விமர்சனம், மொழிபெயர்ப்பு, மகாபாரதச் சுருக்கம், திரைப்படம், கிரிக்கெட் குறித்தவையென இதுவரை பதினைந்துக்கும் மேற்பட்ட நூல்கள் வெளியாகியுள்ளன. தற்போது *டைம்ஸ் ஆஃப் இந்தியா* குழுமத்தின் 'சமயம் தமிழ்' என்னும் இணையதளத்தின் ஆசிரியராகப் பணியாற்றிவருகிறார்.

இதழியல் பயிற்சி வகுப்பு நடத்திய அனுபவமும் இவருக்குண்டு. தற்போது லயோலா கல்லூரியில் வருகைதரு விரிவுரையாளராக இதழியல் மாணவர்களுக்குப் பாடம் எடுத்துவருகிறார்.

விருதுகள்

- தமிழ்ப் புத்தக நண்பர்கள் நடத்தும் மாதாந்தர விமர்சனக் கூட்டத்தில் இமையத்தின் படைப்புகள் குறித்து ஆற்றிய உரைக்கு 2016–17ஆம் ஆண்டுக்கான 'ஆண்டின் சிறந்த உரை' விருது.
- பால சரஸ்வதி மொழியாக்க நூலுக்கு 'கனடா இலக்கியத் தோட்டம்' வழங்கும் 'சிறந்த மொழிபெயர்ப்பு நூலுக்கான விருது (2017).'

அரவிந்தன்

ஒரு சொல் கேளீர்!
தமிழைப் பிழையின்றி எழுதுவதற்கான தேடல்

காலச்சுவடு பதிப்பகம்

அன்பார்ந்த வாசகருக்கு,

வணக்கம்.

காலச்சுவடு நூலை வாங்கியமைக்கு நன்றி.

நூலின் உள்ளடக்கம், உருவாக்கம், அட்டைப்படம் இன்ன பிற அம்சங்கள் பற்றிய உங்கள் கருத்துகளையும் ஆலோசனைகளையும் காலச்சுவடு வரவேற்கிறது. தகவல், எழுத்து, வாக்கியப் பிழைகள் தென்பட்டால் கட்டாயம் தெரிவித்து உதவுங்கள். நூல் தயாரிப்பில் கடும் குறைபாடு இருப்பின் மாற்றுப் பிரதி உங்களுக்குக் கிடைக்கக் காலச்சுவடு ஏற்பாடு செய்யும்.

மின்னஞ்சல்: publisher@kalachuvadu.com

காலச்சுவடு நாகர்கோவில் தலைமையகத்துக்கும் கடிதம் அனுப்பலாம்.

தங்கள்
எஸ்.ஆர். சுந்தரம் (கண்ணன்)
பதிப்பாளர் — நிர்வாக இயக்குநர்

ஒரு சொல் கேளீர்! ♦ கட்டுரைகள் ♦ ஆசிரியர்: அரவிந்தன் ♦ © D.I. அரவிந்தன் ♦ முதல் பதிப்பு: டிசம்பர் 2019 ♦ வெளியீடு: காலச்சுவடு பப்ளிகேஷன்ஸ் (பி) லிட்., 669, கே.பி. சாலை, நாகர்கோவில் 629001

காலச்சுவடு வெளியீடு: 946

oru col keeLiir! ♦ Articles ♦ Aravindan ♦ © D.I. Aravindan ♦ Language: Tamil ♦ First Edition: December 2019 ♦ Size: Demy 1 x 8 ♦ Paper: 18.6 kg maplitho ♦ Pages: 192

Published by Kalachuvadu Publications Pvt. Ltd., 669, K.P. Road, Nagercoil 629001, India ♦ Phone: 91-4652-278525 ♦ mail: publications @kalachuvadu.com ♦ Wrapper printed at Print Specialities, Chennai 600014 ♦ Printed at Mani Offset, Chennai 600077

ISBN: 978-93-89820-11-9

12/2019/S.No.946, kcp 2493, 18.6 (1) 9ss

க்ரியா எஸ். ராமகிருஷ்ணனுக்கு

பொருளடக்கம்

முன்னுரை: மொழியுடன் ஒரு பயணம் — 13

பகுதி I : அறிவோம் நம் மொழியை

1. தமிழ் எதிர்கொள்ளும் சவால்கள் — 19
2. மண்ணிலிருந்து உருவாகும் மரபுத் தொடர்கள் — 21
3. சீண்டுதல், சீந்துதல், சுளிப்பு, சுழிப்பு — 23
4. மொழியின் தாராளப் போக்கு — 26
5. சொல்லுக்குள் அடங்காத பொருள் — 28
6. எழுவாயை எங்கே வைப்பது? — 30
7. கொன்ற யானையா, கொல்லப்பட்ட யானையா? — 32
8. ஒருமை, பன்மை மயக்கம் — 34
9. ஏன் இந்தக் குழப்பம்? — 36
10. குழப்பங்கள் உருவாவது எப்படி? — 38
11. இதுவும் அதுவும் மற்றும் முதலான ஆகியவையும் — 40
12. ஒரு சொல்லில் பல செய்திகள் — 42
13. ஊளைச் சதையைத் தவிர்ப்பது எப்படி? — 44
13. பிரச்சினை எங்கே இருக்கிறது? — 46
15. நேரடிப் பொருளை நாடலாமா? — 48
16. ஒலிகள் பிறக்குமிடம் — 50
17. ஆச்சரியமும் அதிர்ஷ்டமும் — 52
18. ரஜினியே சொல்லிவிட்டார் — 54

19. கேள்விக்குறிக்கு என்ன வேலை?		56
20. செய்வதா, செய்துகொள்வதா?		58
21. தனி வினையா, துணை வினையா?		60
22. எழுத்தைக் கண்டு ஏமாற வேண்டாம்		62

பகுதி II : பிழையற்ற மொழி பிசிரற்ற நடை

1.	பிழையின்மையைத் தேடி...	67
2.	மொழியில் இருக்க வேண்டிய நெகிழ்வு	69
3.	ஒருமை – பன்மை மயக்கம் எப்படி ஏற்படுகிறது?	71
4.	ஒருமை – பன்மை: மேலும் சில விதிகள்	74
5.	இது யாருடைய செய்வினை?	76
6.	சொன்னது சொன்னபடி	79
7.	எதற்கு இத்தனை கேள்விக்குறிகள்?	82
8.	பொருள் தரும் பின்னொட்டுக்கள்	85
9.	சேரிடம் அறிந்து சேர்	88
10.	சொற்களின் பிரிவும் இணைவும்	91
11.	உருமாறும் சொற்கள்	94
12.	நிறுத்தக்குறிகள்: குறைவே நிறைவு	97
13.	பட்டியல்களும் காற்புள்ளிகளும்	100
14.	கோடுகளும் அடைப்புக்குறிகளும்	103
15.	பிடுங்கி எறிய வேண்டிய புள்ளிகள்	106
16.	நான்கு எழுத்துகள் படுத்தும் பாடு	110
17.	ஒற்றுத் தலைவலி	114
18.	விதிகளும் விதிவிலக்குகளும்	117
19.	சுருக்கெழுத்துக்கள்	121
20.	அடிக்கடி பயன்படுத்தப்படும் சில சொற்கள்	125
21.	சறுக்கிவிடும் சொற்கள்	129
22.	மற்றும் ஒரு பிரச்சினை	132
23.	இந்தக் கனம் தேவையா?	135

24. தவிர்க்க வேண்டிய சொற்கள்	138
25. புண்படுத்தாத மொழி	141
26. தவறுகளே 'சரி'யாகிவிடும் விந்தை	144
27. ஆங்கிலம் பொதுவான அளவுகோல் அல்ல	147
28. இடங்களின் பெயர்களை எப்படி எழுதுவது?	149
29. பிறமொழிச் சொற்களை உள்வாங்குவது எப்படி?	151
30. தமிழ் ஒலி, தமிழ் எழுத்து	154
31. ஆங்கிலச் சொற்களை எழுதுவது எப்படி?	157
32. தமிழ் ஒலிப்பண்பு	160
33. கிழமைகள், மாதங்கள், தேதிகள் . . .	163
34. எண்ணும் எழுத்தும்	166
35. ஃப்ரிட்ஜும் ட்விட்டரும்	169
36. யார், எங்கே, என்ன, எது?	173
37. நடையா, இது நடையா	177
38. எளிமை என்னும் சிறப்பு	180
39. மொழி நேர்த்தியின் முக்கியக் கூறுகள்	183
40. எந்தச் சொல் சரி, எது தவறு?	188

முன்னுரை

மொழியுடன் ஒரு பயணம்

ஓர் எழுத்தாளனாகவும் ஊடகவியலாளனாகவும் மொழி குறித்த கவனம் எனக்கு இயல்பாகவே ஏற்பட்டது என்றுதான் சொல்ல வேண்டும். மொழியின் மீதான காதல் சிறுவயதில் படித்த பாரதியின் 'பாஞ்சாலி சபத'த்தாலும் மனப்பாடப் பகுதியில் படித்த 'கம்ப ராமாயண'ச் செய்யுள்களாலும் உருவானதென்றால், மொழியின் மீதான கவனத்துக்கு விதை போட்டது இந்தியா டுடே. அந்த இதழின் தமிழ்ப் பதிப்பில் பணிபுரிந்ததால் பணியின் தவிர்க்க முடியாத பகுதியாக மொழிபெயர்ப்பு மாறியதில் மொழி பற்றிய கவனமும் தேடலும் அதிகரித்தன. ஆங்கிலத்தில் அழகாகவும் கூர்மையாகவும் சிக்கனமாகவும் எழுதப்படும் உள்ளடக்கத்தை அதேபோன்ற தன்மைகளுடன் தமிழில் கொண்டுவர வேண்டும் என்னும் சவால் மொழிகுறித்த ஆர்வத்தையும் முனைப்பையும் கூட்டியது.

இந்தியா டுடே ஆங்கிலக் கட்டுரைகளை மொழிபெயர்ப்பதில் மிகப் பெரிய சவால், இட நெருக்கடி சார்ந்தது. குறிப்பாகத் தலைப்புகளை மொழிபெயர்ப்பது. மூலத்தின் பொருளையும் தொனியையும் பக்க வடிவமைப்பில் தலைப்புக்கென்று ஒதுக்கப்பட்டுள்ள இடத்திற்குள் கொண்டுவர வேண்டும். ஒரு சொல் கூடவோ குறையவோ கூடாது. இந்தச் சவாலும் மொழித் தேடலுக்குப் பெரிதும் பங்காற்றியது.

*1990*களின் நடுப்பகுதியில் க்ரியாவின் 'மரபுத் தொடர் அகராதி'க்கான சில பணிகளை மேற்கொள்ளும் வாய்ப்பு கிடைத்தது. அந்தப் பணியையொட்டி 'க்ரியா' ராமகிருஷ்ணன், மொழி அறக்கட்டளையைச் சேர்ந்த பா.ரா. சுப்பிரமணியன் ஆகியோருடன் உரையாடுவேன். அது மொழி குறித்த என்னுடைய ஆவலையும் தேடலையும் அறிவையும் முறைப்படுத்திச் செம்மைப்படுத்திக்கொள்ளப் பெரிதும் உதவியது.

காலச்சுவடு இதழ் மீண்டும் வெளிவரத் தொடங்கியதிலிருந்தே அதன் இயக்கத்துடன் எனக்குப் பலவிதங்களிலும் தொடர்பு இருந்ததென்றாலும் *2002*இல் *காலச்சுவடில்* பணியாற்றத் தொடங்கியது என் மொழித் தேடலில் திருப்புமுனை என்று சொல்ல வேண்டும். அப்போது ஆ.இரா. வேங்கடாசலபதி, நஞ்சுண்டன், பெருமாள்முருகன் ஆகியோருடன் இணைந்து பணிபுரியும் வாய்ப்பு கிடைத்தது. மூவருமே மொழிப் புலமை மிக்கவர்கள். இலக்கணத்தை முறையாகக் கற்றவர்கள். தற்காலத் தமிழையும் நன்கு அறிந்தவர்கள். இவர்களுடனான உரையாடல்களும் விவாதங்களும் என்னுடைய மொழியைச் செறிவுபடுத்திக் கொள்ளவும் செழுமைப்படுத்திக்கொள்ளவும் உதவின.

ஸ்ரீராம் சிட்ஸ் நிறுவனத்திற்காக *உலகத் தமிழ்.காம்* என்னும் இணைய இதழை மூன்றாண்டுகள் (*2002–2005*) நடத்தும் வாய்ப்பு *காலச்சுவடுக்கு* கிடைத்தது. அதில் தமிழ் நடை, மொழிச் செம்மை ஆகியவை குறித்த தொடரைக் கேள்வி – பதில் வாயிலாக வெளியிட்டோம். பா.ரா. சுப்பிரமணியன் அப்பத்தியை எழுதிவந்தார். அது தொடர்பாக அவரை அடிக்கடி சந்தித்துப் பேசும் வாய்ப்புக் கிடைத்தது. மொழியைச் செம்மைப்படுத்திக்கொள்ள இந்தச் சந்திப்புகளும் உதவிபுரிந்தன.

இவர்களைத் தவிர, நவீன இலக்கிய வாசிப்பும் சுந்தர ராமசாமியுடனான நட்பும் மொழிமீதான காதலை வளர்க்க உதவின. *To cut a long story short* என நீட்டி முழக்கும் ஆங்கிலத் தொடரை "வளர்த்துவானேன்" என அனாயாசமாகச் சொல்லும் படைப்பூக்கம் மிகுந்த புதுமைப்பித்தனின் மொழியும், செயற்கையான அலங்காரங்களைத் தவிர்த்த சுந்தர ராமசாமியின் நேர்த்தியான, எடுப்பான மொழி நடையும் பெரிதும் உத்வேகமூட்டின.

மேலே குறிப்பிடப்பட்டுள்ள நபர்களும் நிகழ்வுகளும் இத்தகைய தொரு நூல் எழுதுவதற்கான பல்வேறு தூண்டுதல்களாக அமைந்தவர்கள். இந்நூல் வெளிவருகையில் இந்தத் தருணங்களை யும் ஆளுமைகளையும் நன்றியோடு நினைவுகூர்வது பெரிதும் நிறைவளிக்கிறது.

தமிழைப் பிழையின்றி எழுதும் முயற்சி, பிரதிகளை மொழி சார்ந்து மேம்படுத்துதல் ஆகியவை ஒருபுறமிருக்க, பிழையற்ற மொழிகுறித்து எழுதும் முயற்சி தொடங்கியதற்குக் காரணம் நண்பர் சமஸ். *தி இந்து (தமிழ்)* நாளிதழில் பணிபுரிந்துகொண்டிருந்தபோது மொழிகுறித்து நடுப்பக்கத்தில் வாராவாரம் எழுத முடியுமா என்று கேட்டார். அவர் முடியுமா என்று கேட்டால் எழுதியாக வேண்டும் என்று பொருள். அவரிடமிருந்து தப்பிப்பது கடினம். வேலைப்பளு அதிகம் இருந்தபோதிலும் அதை ஏற்றுக்கொண்டதற்கு மொழி மீதான விருப்பத்துடன் சமஸின் அன்புப் பிடிவாதமும் முக்கியக் காரணமென்பதைச் சொல்லியாக வேண்டும்.

மின்னம்பலம்.காம் என்னும் இணைய இதழின் பொறுப்பாசிரியராக இருந்தபோது வாரத்துக்கு மூன்று என்னும் கணக்கில் மொழிகுறித்த தொடரை எழுதிவந்தேன். *தி இந்து*வில் எழுதிய தொடரையும் இந்தத் தொடரையும் இணைத்து இப்போது நூலாகக் கொண்டுவருகிறேன்.

*தி இந்து*வில் தொடர் எழுதிவந்தபோது ஒவ்வொரு வாரமும் அதைப் படித்துப் பார்த்து, அதில் சிக்கல் ஏதும் இருந்தால் அவற்றைக் கவனப்படுத்தும் பேருதவியைப் பேராசிரியர் பா. மதிவாணன், பெருமாள்முருகன் ஆகியோர் செய்துவந்தார்கள். சலபதியும் அவ்வப்போது கூப்பிட்டு இரண்டு தட்டு தட்டுவார். பத்தி அச்சுக்குப் போவதற்கு முன்பு நண்பர் ஆசைத்தம்பியின் (*இந்து தமிழ் திசை*) ஆலோசனைகள், அச்சான பிறகு இவர்களுடைய கருத்துகள் ஆகியவை சேர்ந்து இந்தப் பத்திக்கு வலுவூட்டின.

மின்னம்பலத்தில் எழுதும்போது மேலும் விரிவான தளத்தில் – மொழிநடைக் கையேடு என்னும் அளவில் – பத்தியை அமைத்துக்கொண்டதால் பத்தியைப் பதிவேற்றுவதற்கு முன்பே பெருமாள்முருகனிடம் அனுப்பிக் கருத்து கேட்பதை வழக்கமாக வைத்திருந்தேன். எவ்வளவு வேலை இருந்தாலும், எந்த ஊரில் இருந்தாலும், பயணத்தின் நடுவில் இருந்தாலும் உடனடியாகப் படித்துப்பார்த்துக் கருத்து சொல்லிவிடுவார். அவருடைய ஒத்துழைப்பில்லாமல் அந்தப் பத்தியோ இந்த நூலோ வந்திருக்க வாய்ப்பில்லை. அவருக்கு என் மனமார்ந்த நன்றி.

இந்தக் கட்டுரைகளை நூலாக வெளியிட அனுமதி அளித்த *இந்து தமிழ் திசை* ஆசிரியர் திரு. கே. அசோகன், *மின்னம்பலம்* ஆசிரியர் திரு அ. காமராஜ் ஆகியோருக்கு என் நன்றியைத் தெரிவித்துக்கொள்கிறேன்.

மொழித் தளத்தில் தீவிரமான முனைப்போடு முப்பதாண்டு களுக்கும் மேலாகச் செயலாற்றிவரும் எஸ். ராமகிருஷ்ணனுக்கு இந்நூலைக் காணிக்கையாக்குவதில் மகிழ்ச்சி கொள்கிறேன். மரபுத் தொடர் அகராதிப் பணியின்போதும் உலகத் தமிழ் இதழுக்காகப் பேட்டி எடுத்தபோதும் பால சரஸ்வதி நூல் மொழியாக்கத்தின்போதும் அவரிடமிருந்து நான் கற்றுக்கொண்டவை நிறைய. அதற்கான நன்றியறிதலாகவும் இக்காணிக்கையைக் கொள்ளலாம்.

சென்னை   **அரவிந்தன்**
30–11–2019

பகுதி I
அறிவோம் நம் மொழியை

1

தமிழ் எதிர்கொள்ளும் சவால்கள்

ஒரு மொழியின் தொன்மை எவ்வளவு பெருமைக்குரியதோ அதே அளவுக்கு அதன் இளமையும் பெருமைக்குரியது. மொழியில் இளமை என்பது சமகாலத்துடன் அதற்கிருக்கும் உயிரோட்டமுள்ள உறவைக் குறிப்பது. தொன்மைச் சிறப்புமிக்க தமிழ் மொழி எந்த அளவுக்கு இளமையாக இருக்கிறது? இன்றைய சூழலில் தமிழை எப்படி அணுகுவது? மாறிவரும் காலத்தின் தேவைகளுக்கேற்பத் தமிழை எப்படிப் பயன்படுத்துவது? உலகின் எல்லா அறிவுத் துறைகளும் தமிழில் வருவதற்கான முயற்சிகள் நடக்கின்றனவா? அன்றாட வாழ்வில் தமிழின் இடம் என்ன? உலக நடப்புகளைப் புரிந்துகொள்வதில் தமிழின் திறன் என்ன? அந்த விஷயத்தில் ஆங்கிலத்துடன் ஒப்பிடுகையில் தமிழ் எங்கே இருக்கிறது?

உதாரணமாக, ஐரோப்பிய ஒன்றியத்திலிருந்து பிரிட்டன் வெளியேற முடிவெடுத்ததை ஒட்டி ஆங்கில ஊடகங்களில் 'பிரெக்ஸிட்' என்னும் சொல் உருவாக்கப்பட்டது. பிரிட்டன், எக்ஸிட் (பிரிட்டன், வெளியேற்றம்) என்னும் சொற்களின் இணைப்பே பிரெக்ஸிட். இத்தகைய புதிய பிரயோகங்கள் தமிழில் உருவாகின்றனவா? பிரெக்ஸிட்டைத் தமிழில் சொல்ல யாராவது முயன்றிருக்கிறார்களா? அப்படி யாரேனும் உருவாக்கினால் அதை ஊடகங்களும் பொதுமக்களும் பயன்படுத்த முனைகிறார்களா? அதைப் பற்றி விவாதிக்கிறார்களா?

தமிழ் மொழியானது அண்மைக் காலத்தில் பல சவால்களைச் சந்தித்துள்ளது. க்ரீன் ஹவுஸ் எஃபெக்ட் (Green House Effect) என்பதைப் பசுமை இல்ல விளைவுகள், பச்சில்ல விளைவுகள், பசுங்குடில் விளைவுகள் எனப் பலவாறாகச் சொல்லிவந்தோம். இன்று பசுங்குடில் விளைவு என்னும் சொல் பொதுவாகப் பலராலும் ஏற்றுக்கொள்ளப்பட்டிருக்கிறது. இணைய தளம், உரலி, நிரலி, தேடுபொறி, தரவிறக்கம், தரவேற்றம் ஆகிய சொற்களும் பலவித மாற்றங்களுக்குப் பிறகு நிலைபெற்றுள்ளன. ஆனால், இன்னும் தமிழுக்கு வர வேண்டிய சொற்கள் பல உள்ளன. போக வேண்டிய தூரமும் அதிகம்!

புதிய துறைகள் சார்ந்த புதிய சொற்கள் ஒருபுறம் இருக்கட்டும். பழைய சொற்களை நாம் எப்படிப் பயன்படுத்துகிறோம் என்பது பற்றியும் யோசிக்க வேண்டியிருக்கிறது. கோயில் என எழுதுவது சரியா, கோவில் என எழுதுவது சரியா என்று ஒரு காலத்தில் விவாதிக்கப்பட்டது. தடயமா, தடையமா, பழமையா பழைமையா, சுவரிலா, சுவற்றிலா என்றெல்லாம் கேள்விகள் எழுந்ததுண்டு. மிதிவண்டி என்று தமிழில் சொல்லலாமா அல்லது சைக்கிள் என்பதையே தமிழாக்கிக்கொள்ளலாமா என்ற விவாதமும் நடந்ததுண்டு. டிவி – தொலைக்காட்சி, ரேடியோ – வானொலி, எஃப்.எம். – பண்பலை என ஒரு பொருளுக்கு இருமொழிச் சொற்களும் இயல்பாகப் புழங்கிவருவது குறித்த பெருமிதங்களும் புகார்களும் தமிழர்கள் மத்தியில் உள்ளன. மவுஸ், க்ளிக், வாட்ஸ்அப், ஃபேஸ்புக், செல்ஃபி, ஃபேஸ்புக் ஸ்டேட்டஸ் போன்ற சொற்களைப் பற்றிய விவாதமும் நடந்துவருகிறது. இவற்றுக்கிடையில், அபாயகரமானதொரு போக்கும் தென்படுகிறது. ள, ல, ழ, ண, ன ஆகிய எழுத்துக்களுக்கான வித்தியாசம்கூடத் தெரியாத ஒரு தலைமுறை உருவாகி நிலைபெற்றுவிட்டது.

நவீன வாழ்வின் சவால்களை எதிர்கொள்ளத் தமிழை வளப்படுத்துவதோடு, தமிழின் அடிப்படைத் தன்மைகளைத் தமிழர்களுக்கு நினைவுபடுத்தவும் வேண்டியிருக்கிறது. இந்த இரு விதமான பணிகளையும், அதற்கான தயாரிப்புகளையும் வாசகர்களோடு சேர்ந்து மேற்கொள்வதுதான் இந்தப் பத்தியின் நோக்கம். பாய்ச்சல்கள், தடுமாற்றங்கள் ஆகியவற்றை அலசுவோம். அறிவுபூர்வமான, புலமை சார்ந்த விவாதங்களை விட்டுவிட்டு, நடைமுறை சார்ந்து தமிழை அணுகுவோம்.

2

மண்ணிலிருந்து உருவாகும் மரபுத் தொடர்கள்

தமிழில் 'ஆன்னா, ஊன்னா' என்று ஒரு தொடர் உள்ளது. 'ஆ என்றோ ஊ'என்றோ குரலெழுப்புவதை அடிப்படையாகக் கொண்ட தொடர் இது. யாராவது ஒருவர் 'ஆ / ஊ' என்று சொன்னாலே போதும், ஒரு செயலைச் செய்யப் புறப்பட்டுவிடுவார் என்று பொருள். அதாவது, காரணமே தேவையில்லாமல் ஒரு சிலர் சில செயல்களைச் செய்வார்கள். அதைக் குறிக்கும் மரபுத் தொடர்தான் இது. 'ஆன்னா ஊன்னா ஊருக்குக் கிளம்பிடாதே', 'ஆன்னா ஊன்னா பணம் கேட்டு வந்து நிக்காதே' என்றெல்லாம் எடுத்துக் காட்டுகளைக் கொடுக்கலாம்.

இத்தொடர் பேச்சு வழக்கில் மட்டுமே இருக்கிறது. எழுத்தில் என வரும்போதும் படைப்புகளிலும், உரையாடல்களிலும் மட்டுமே பயன்படுத்தப்படுகிறது. இன்றைய தலைமுறைக்கு இந்தச் சொல் எழுத்து வடிவில் அவ்வளவாக அறிமுகமும் ஆகியிருக்க வாய்ப்பில்லை. ஆனால், பழைய தமிழ்த் திரைப்படம் ஒன்றில் இதை ஒரு பாடலில் பயன்படுத்தியிருக்கிறார்கள்.

'ஆன்னாலும் ஊன்னாலும் அழுகை பிடிக்கிறே அசட்டுப்பெண்ணாட்டம்' என்று 'தேவதாஸ்' படத்தில் 'ஓ பார்வதி' என்னும் பாடலில் ஒரு வரி வருகிறது. 'காரணமே இல்லாமல்' அழுது அடம்பிடிக்கும் தோழியைத் தோழன் செல்லமாகக் கடிந்துகொள்ளும் காட்சி அது. ஆனால், அவர்களுக்கிடையில் இருந்த நேசம் வாழ்நாள் முழுவதும் தொடரும் அளவுக்கு ஆழமாக இருந்தது என்பது வேறு விஷயம்.

பொதுவாக, மொழிபெயர்க்கும்போது அதிகச் சிக்கலைத் தருபவை மரபுத் தொடர்கள்தான். *'Kicked the Bucket', 'Rubbing the shoulder'* என்றெல்லாம் வரும்போது அந்தத் தொடர்களின் சொற்களை அல்லாமல், ஒரு தொடராக அது சுட்டும் ஒட்டுமொத்தப் பொருளைத் தமிழில் தர முனைவதே முறையானது. இத்தகைய தொடர்களை மொழிபெயர்க்கும் போது சரியான சொற்கள் கிடைக்காமல் சில சமயம் மொழிபெயர்ப்பாளர்கள் திண்டாடுவதுண்டு. இந்தச் சிக்கல் இலக்கு மொழியின் போதாமையால் வருவது என்றே சிலர் கருதத் தலைப்படுகிறார்கள். உண்மையில் அந்தத் தொடர்கள் உருவான சமூகப் பண்பாட்டுச் சூழல் நமக்கு அந்நியமாக இருப்பதாலேயே அவை மொழிபெயர்க்கக் கடினமாக இருக்கின்றன.

எல்லா மொழிகளிலும் மரபுத் தொடர்களானது மொழிபெயர்ப்பில் இத்தகைய சவால்களை ஏற்படுத்தவே செய்கின்றன. உதாரணமாக, 'ஆன்னா ஊன்னா' என்பதை ஆங்கிலத்தில் மொழிபெயர்க்கும்போது சிக்கல் வரும் அல்லவா? 'காலில் சக்கரம் கட்டிக்கொண்டு அலைதல்', 'அவனுக்குக் கை நீளம்' (திருடும் பழக்கத்தைக் கை நீளம் என்று சொல்வதுண்டு) என்ற தொடர்களையும் எளிதாக மொழிபெயர்த்துவிட முடியாது அல்லவா?

இத்தகைய மரபுத் தொடர்கள் ஒரு மொழியின் முக்கியமான செல்வங்கள். அவை மொழியின் வண்ணத்தைக் காட்டுபவை. மக்களிடையே புழங்கிவரும் நம்பிக்கைகள், மதிப்பீடுகள், பழக்கவழக்கங்கள் ஆகியவற்றை இவை பிரதிபலிக்கின்றன. இவற்றை இழப்பது ஒரு விதத்தில் மரபுடனான நம் தொடர்பை அறுத்துக்கொள்வதுபோலத்தான்.

கொசுறு:

புதிய மரபுத் தொடர்கள் உருவாவதும் பழைய தொடர்கள் புது விளக்கங்கள் பெறுவதும் அவ்வப்போது நடக்கும். அண்மையில் ஓர் எழுத்தாளர், 'எந்தப் பட்டியலிலும் என் பெயர் இடம்பெறாது. அதில் ஒன்றும் ஆச்சரியம் இல்லை. நாம் யார் வீட்டுக்கும் போய் மொய் வைத்ததில்லையே' என்று எழுதியிருந்தார். திருமணம், காதணி விழா முதலான விழாக்களில் மொய் வைப்பது, தமக்கு மொய் வைத்தவர்களின் விழாக்களுக்குச் செல்லும்போது தானும் அந்த மரியாதையைத் திருப்பிச் செய்வது என்னும் பழக்கத்துடன் தொடர்புகொண்ட ஒரு தொடரை வேறொரு பின்புலத்தில் அழகாகப் பயன்படுத்தியிருக்கிறார் அந்த எழுத்தாளர்.

3

சீண்டுதல், சீந்துதல், சுளிப்பு, சுழிப்பு

தவறான பொருளில் வழங்கப்பட்டுவரும் சில சொற்களை எளிதாகக் கண்டுபிடித்துவிடலாம். ஆவன செய்ய வேண்டும் என்பதற்குப் பதில் ஆவண செய்ய வேண்டும் என எழுதினால் இதிலுள்ள தவறு உடனே புரிந்துவிடும். ஆனால், சில தவறுகளை அப்படிக் கண்டுபிடித்துவிட முடியாது. உதாரணம், சுளிப்பு. இந்தச் சொல்லைச் சுழிப்பு என்று பலர் பயன்படுத்திவருகிறார்கள். முகச் சுளிப்புக்கு என்ன பொருளோ அதே பொருளில்தான் முகச் சுழிப்பு என எழுதப்படுகிறது. ஆனால், சுழிப்பு, சுளிப்பு இரண்டும் வேறு வேறு.

சுளித்தல் என்பது அதிருப்தியைக் குறிக்க முகத்தில் ஏற்படும் நுட்பமான சிறிய மாறுதலைக் குறிக்கும் சொல். புருவ நெரிப்பு, கண்களில் ஏற்படும் சிறு சுருக்கம், மூக்கில் ஏற்படும் நுட்பமான அசைவு, கன்னக் கதுப்புகளில் எழும் சிறு அதிர்வு, உதட்டின் சிறு நெளிவு எனப் பல வகைகளில் இந்த அதிருப்தி வெளிப்படும். எரிச்சலை, கோபத்தை, வெறுப்பைக் காட்டும் அழுத்தமான பாவனைகள், அதற்கான முக அசைவுகள் வேறு. இது சிறிய, நுட்பமான அசைவு. அதிருப்தியை மட்டுமே தெரிவிக்கும் அடையாளம்.

சுழிப்பு என்பது வேறு. சுழற்சி என்பதோடு தொடர்புகொண்ட சொல் இது. நதியில் ஏற்படும் சுழியை, சுழிப்பைக் கற்பனை செய்துபாருங்கள். இப்போது முகச் சுழிப்பைக் கற்பனை செய்துபாருங்கள். முகத்தைச் சுழிக்க முடியுமா? சுளிக்கத்தான் முடியும்.

ஆனால், உதட்டுச் சுழிப்பு என்று சொல்லலாம். இதன் பொருள் வேறு. அதிருப்தியை வெளிப்படுத்துவதைக் காட்டிலும் பொய்க் கோபத்தை அல்லது ஊடலை வெளிப்படுத்தும் பாவனை இது. வேறு சில பாவனைகளையும் இந்தச் சுழிப்பு வெளிப்படுத்தும்.

உதட்டை வைத்துச் சுளிக்கவும் செய்யலாம்; சுழிக்கவும் செய்யலாம். ஆனால், இரண்டும் மாறுபட்ட உணர்வுகளிலிருந்து பிறப்பவை; மாறுபட்ட பொருளைத் தருபவை. எனவே, இரண்டு சொற்களையும் பரஸ்பரம் பதிலீடு செய்ய முடியாது. எதை எங்கே பயன்படுத்த வேண்டும் என்பதைப் பார்த்துப் பயன்படுத்த வேண்டும்.

சீண்டுதல் என்னும் சொல்லும் பல சமயம் தவறாகப் பயன்படுத்தப்படுகிறது. சீந்துதல் என்னும் சொல்லின் பொருளில் பலர் இதைப் பயன்படுத்துகிறார்கள். சீந்துதல் என்பது ஒரு விஷயத்தைப் பொருட்படுத்துதல், கவனித்தல், மதித்தல். பெரும்பாலும் இது எதிர்மறையான பொருளில் எதிர்மறைச் சொல்லாக்கமாகவே பயன்படுத்தப்படும். ஒரு விஷயத்தை யாருமே கண்டுகொள்ளாமல் இருக்கும் நிலையை 'சீந்துவாரற்று இருக்கிறது' என்று சொல்லலாம். மதித்துப் பொருட்படுத்தும் நிலையை 'சீந்தும் வகையில்' என்று சொல்லும் வழக்கமில்லை. சீந்துவாரற்று, சீந்தாமல், சீந்த ஆளின்றி என எதிர்மறைச் சொல்லாக்கமாகவே இது பயன்படுத்தப்படுகிறது.

சீண்டுதல் என்பதற்கு ஒருவரைத் தொல்லைப்படுத்துதல், வலியச் சென்று வம்புக்கு இழுத்தல், உசுப்பேற்றுதல் எனப் பொருளுண்டு. ஆங்கிலத்தில் Tease என்ற சொல்லுக்கு இணையானது இது. Eve Teasing என்பதைப் பெண் சீண்டல் என்று குறிப்பிடுவதை இங்கே நினைவுபடுத்திக்கொள்ளலாம். ஒருவர் இன்னொருவரை tease செய்கிறார் என்றால், அவரைச் சீண்டுகிறார், வம்புக்கு இழுக்கிறார், தொல்லை தருகிறார் என்பதெல்லாம் பொருள்படும். கோபத்தைக் கிளப்புதல் என்றும் அர்த்தம் கொள்ளலாம். 'சும்மா இருக்கும் சிங்கத்தைச் சீண்டிவிடாதே' என்னும் சொலவடையை இங்கே நினைவுகூரலாம். ஆனால்,

சீண்டுதல் என்பதைப் பொருட்படுத்துதல் என்னும் பொருளில் பலரும் இப்போதெல்லாம் தவறாகப் பயன்படுத்துகிறார்கள்.

சீந்துதல் – சீண்டுதல், சுளிப்பு – சுழிப்பு ஆகிய சொற்களின் ஒலிக் குழப்பமே இந்தப் பொருள் குழப்பங்களுக்கும் காரணம். பேச்சு வழக்கில் ஒலிக் குழப்பம் இருக்கலாம். ஆனால், சற்றே கவனமாக இருந்தால் எழுத்தில் இவற்றைச் சரியாகப் பயன்படுத்த முடியும். ஐயம் ஏற்படும்போது நல்லதொரு அகராதியைப் பார்க்கும் பழக்கம் இருந்தால், இதுபோன்ற தவறுகளைக் களைந்துவிடலாம்.

ஐயம் ஏற்பட்டால்தானே பிரச்சினை என்கிறீர்களா?

4
மொழியின் தாராளப் போக்கு

உலகமயமாதலை இந்தியா வரித்துக்கொண்டு 25 ஆண்டுகள் நிறைவடைந்ததை ஒட்டி ஊடகங்கள் நினைவுகூர்ந்தன. அதில் பொருளாதார விவகாரங்களும் உலகமயமாதலின் பண்பாட்டுத் தாக்கங்களும் அலசப்பட்டன. அதன் தொடர்ச்சியாக நாம் மொழி சார்ந்த சிக்கல்களையும் பேசலாம்.

ஒவ்வொரு புதிய துறையும் புதிய கண்டுபிடிப்புகளும் மொழி சார்ந்த சவால்களையும் உண்டாக்கும். அறிவியல் கண்டுபிடிப்புகள், புதிய தொழில்நுட்பங்கள், ஆகியவற்றில் தொழுதுண்டு பின்செல்ல வேண்டிய நிலையில்தான் தமிழர்கள் இருக்கிறார்கள். எனவே தமிழும் அதற்கேற்பவே இருக்கும். இவை ஒவ்வொன்றுமே மொழிக்குச் சவால்களை ஏற்படுத்தியபடி இருக்கும். கல்வி, வேலைவாய்ப்பு, நிர்வாகம், உடல்நலம் ஆகியவற்றில் புதிய புதிய துறைகள் உருவாகும்போதும் இதே நிலைதான். *Anthropology* போன்ற புதிய துறைகள் உருவாகும்போதோ *Appraisal* போன்ற நிர்வாக நடைமுறைகள் புதிதாக வரும்போதோ *Cosmetic Surgery* போன்ற புதிய சிகிச்சை முறைகள் அறிமுகமாகும்போதோ அவற்றைத் தமிழில் எப்படிச் சொல்வது என்னும் சிக்கல் எழும். உலகமயமாதலும் அப்படித்தான்.

Globalisation என்பதை மிக எளிதாக உலகமயமாதல் என்று தமிழ்ப்படுத்திவிட்டோம். *Privatisation* என்பதைத் தனியார்மயம் என்று சொல்லிவிட்டோம். *Liberalisation* என்பது தாராளமயம் என வழங்கப்படுகிறது. ஆனால், *Global,*

Private என்பவைபோல *Liberal* என்பதைத் தாராளம் என்று சொல்லி முழுமையாகப் புரியவைத்துவிட முடியாது. *Liberal* என்பது சுதந்திரமான, கட்டற்ற, தாராளப் போக்குக் கொண்ட எனப் பல விதங்களில் பொருள்படும். உலகமயம், தனியார்மயம் என்னும் சொற்களைப்போல தாராளமயம் என்னும் சொல் அது சுட்ட முனையும் பொருளை முழுமையாகச் சுட்டவில்லை. வர்த்தகத் துறையில் கட்டுகளை / கட்டுப்பாடுகளைத் தளர்த்துதல் என்பதுதான் *Liberalisation*. ஆனால், இது அந்தச் சொல்லுக்கான சொல்லாக்கம் அல்ல, விளக்கம்.

சொல்லாக்கம் என்பது பெரும்பாலும் ஒற்றைச் சொல்லாகவே இருக்கும். *Liberalisation*-ஐப் பொறுத்தவரை ஒற்றைச் சொல்லில் சொல்லிவிட முடியாது. எனவே அதன் மூலப் பொருளுக்கு அருகில் வரும் ஒரு சொல்லைப் பயன்படுத்துகிறோம். தொடர்ந்த பயன்பாட்டின் மூலம் அதை *Liberalisation*-க்கான தமிழ்ச் சொல்லாகப் பழக்கப்படுத்திவிடுகிறோம். நாளடைவில் இது *Liberalisation* க்கான தமிழ்ச் சொல்லாக நிலைபெற்றுவிடுகிறது. ஒரு சொல் ஒரு பொருளைத் தெளிவாகச் சுட்டத் தொடங்கிவிட்டால், அந்தச் சொல்லைக் கேட்டதும் அந்தப் பொருள் நம் நினைவுக்கு வந்தால் அந்தச் சொல்லாக்கம் நிலைபெற்றுவிட்டது எனப் பொருள். இந்த வகையில் தாராளமயம் என்பதை *Liberalisation* என்பதற்கான நிலைபெற்ற சொல்லாக்கமாகக் கருதலாம்.

கொசுறு: சுயேச்சை, சுயேட்சை எது சரி என்னும் ஐயம் பலருக்கு உள்ளது. சுய இச்சை என்பது சுயேச்சை ஆனது. இதில் 'ட்' என்னும் எழுத்துக்கு இடமில்லை.

5

சொல்லுக்குள் அடங்காத பொருள்

குறிப்பிட்ட செயலை, இடத்தை, கோட்பாட்டை, பயன்பாட்டை நேரடியாகக் குறிக்கும் சொல்லானது ஆங்கிலத்தில் இருந்தால் அதைத் தமிழ்ப்படுத்துவது ஒப்பீட்டளவில் எளிது. *Americanisation* (அமெரிக்கமயமாதல்), *victimisation* (பலியாக்குதல்), *Structuralism* (அமைப்பியல்), *Shock observer* (அதிர்வுதாங்கி) முதலான சொற்களில் அவை சுட்டும் பொருள் வெளிப்படையாக இருக்கின்றன.

Decentralisation என்னும் சொல் சற்று வித்தியாசமானது. இது நிர்வாகம் முதலான அம்சங்களில் மையப்படுத்தும் அணுகுமுறைக்கு (*Centralisation*) மாறான அணுகுமுறையைக் குறிக்கும் சொல். *Centralisation* என்னும் சொல்லை மையப்படுத்துதல் என்று சொன்னால், அந்தச் சொல்லின் நேரடிப் பொருள் சரியாகத்தான் இருக்கும். ஆனால் அதுவே அரசியல், நிர்வாகம் ஆகிய துறைகளில் அதிகாரமானது மையத்தில் குவிந்திருப்பதைக் குறிக்கும் சொல். எனவே, இந்தத் துறைகளில் இதுபோன்ற சொற்கள் பயன்படுத்தப்படும்போது அதை அதிகாரக் குவிப்பு என்று சொல்ல வேண்டும். இதற்கு எதிர்ச் சொல்லான *decentralisation* என்பதை அதிகாரப் பரவலாக்கல் என்னும் சொல்லின் மூலம் சரியாக உணர்த்தலாம்.

இப்படித் தன்னுடைய ஆகிவந்த எல்லைகளை மீறி, ஒரு குறிப்பிட்ட துறையில் கூடுதலான அல்லது

மாறுபட்ட அர்த்தத்தைக் குறிக்கும் சொற்களைக் கலைச் சொற்கள் (Technical Terms) என்று சொல்வதுண்டு. இத்தகைய சொற்களைத் தமிழாக்கும்போது அவற்றின் நேரடியான பொருளை மட்டும் கணக்கில் எடுத்துக்கொள்ள முடியாது. சில சமயம் நேரடியான பொருளைக் கணக்கில் எடுத்துக்கொள்ளாமல், அது குறிப்பிட்ட ஒரு துறையில் எதற்காகப் பயன்படுத்தப்படுகிறது என்பதையும் கருத்தில் இருத்தி அவற்றுக்கான தமிழ்ச் சொற்களை உருவாக்க வேண்டும். Decentralisation என்பதிலாவது அது எது தொடர்பானது என்னும் குறிப்பு அந்தச் சொல்லிலேயே இருக்கிறது. ஆனால், சில பொருள்கள் அவற்றின் வழக்கமான பொருளுக்கு மிகவும் மாறுபட்ட பொருளில் சில துறைகளில் வழங்கிவரும். சில சமயம் நேரெதிரான பொருளிலும் வழங்கிவரும்.

உதாரணமாக, sanction என்னும் சொல்லை எடுத்துக் கொள்வோம். இதன் வழக்கமான பொருள் அனுமதி (loan sanctioned). ஆனால் பொருளாதார – அரசியல் துறையில் இதன் பொருள் தடைவிதித்தல். குறிப்பாகப் பொருளாதாரத் தடை விதித்தல். ஈராக்குடனான அமெரிக்காவின் போரின்போது ஈராக்கின் மீது பொருளாதாரத் தடை விதிக்கப்பட்டது. இவை இரண்டுமே sanctionதான். இந்த இடத்தில் sanction என்பதன் சாதாரண அர்த்தம் செல்லுபடி ஆகாதென்பதைக் கவனத்தில் கொண்டு தமிழில் அதற்கான சொல்லைப் பயன்படுத்துகிறோம்.

சில சொற்களை நேரடியாக மொழிபெயர்த்துவிடலாம். Geography என்றால் புவியியல் என்கிறோம். Geo என்றால் புவி. இந்தச் சொல் தமிழில் ஏற்கெனவே புழக்கத்தில் உள்ளது. எனவே, நேரடியாக மொழிபெயர்ப்பதில் சிக்கல் இல்லை. Sewing Machine என்பதைத் தையல் இயந்திரம் என்று சொல்வதிலும் சிக்கல் இல்லை. ஏனென்றால் தையல், இயந்திரம் ஆகிய இரு சொற்களும் தமிழில் ஏற்கெனவே இருக்கின்றன.

அவ்வாறில்லாத சொற்களைக் கொண்ட பிறமொழிச் சொற்களை மொழிபெயர்க்கும்போதுதான் சிக்கல் வருகிறது. உதாரணமாக Ex-ray. இதில் Ray என்றால் கதிர் என்று சொல்லிவிடலாம். Ex என்பதை எப்படிச் சொல்வது? ஊடுகதிர் என இதைத் தமிழில் சொல்வதற்கான காரணம் இந்தச் சொல்லின் நேர்ப் பொருளில் இல்லை. அது சுட்டும் பொருளில் உள்ளது. அதுபோலவே Scan, Edit போன்ற சொற்களை அவை சுட்டும் பொருள்களைக் கொண்டுதான் தமிழாக்க வேண்டும். சொல்லின் நேர்ப் பொருளைப் பின்தொடர முடியாது.

6

எழுவாயை எங்கே வைப்பது?

'இறந்துபோன சங்கரனின் தாயார் திருவல்லிக்கேணியில் வசித்துவந்தார்.'

இதில் திருவல்லிக்கேணியில் வசித்தது யார் என்பதில் எந்தக் குழப்பமும் இல்லை. இறந்தது யார் என்பது தெளிவாக இருக்கிறதா?

ஒரு வாக்கியத்தில் எழுவாயை எங்கே அமைப்பது என்பதில்தான் பலருக்கும் சிக்கல். இந்த உதாரணத்தைப் பாருங்கள்: '1995இல் தி. ஜானகிராமன் எழுதிய மோகமுள் நாவல் திரைப்படமாக்கப்பட்டது'. ஜானகிராமன் 1964இல் இந்த நாவலை எழுதினார். அது படமாக்கப்பட்டது 1995இல். ஆனால் இந்த வாக்கியத்தைப் படிக்கும் ஒருவர் ஜானகிராமன் 1995இல் நாவல் எழுதியதாகக் கருதிவிடும் வாய்ப்பு இருக்கிறது.

இவ்வாக்கியம், 'தி.ஜானகிராமன் எழுதிய மோகமுள் நாவல் 1995இல் படமாக்கப்பட்டது' என்பதாக இருந்தால் எந்தக் குழப்பமும் வராது அல்லவா?

ஆண்டுகள், விவரங்கள், வர்ணனைகள் ஆகியவற்றை எங்கே பொருத்துவது என்பது மிக முக்கியம். 'சாகாவரம் பெற்ற பரசுராமரின் தந்தை ஜமதக்னி' என்று எழுதினால், சாகாவரம் பெற்றவர் பரசுராமரா அவரது தந்தை ஜமதக்னியா என்னும் குழப்பம் வரலாம். 'பரசுராமர் சாகாவரம் பெற்றவர்; அல்லது அவரது தந்தை ஜமதக்னி' என்று எழுதலாம். அல்லது, 'ஜமதக்னியின் மகன் பரசுராமர் சாகாவரம் பெற்றவர்' என்று எழுதலாம். 'மருத்துவர் பட்டம்

பெற்ற தென்னரசுவின் தந்தை புவியரசு' என்பதாகச் சமகால உதாரணமாக மாற்றியும் இதைப் புரிந்துகொள்ளலாம்.

இன்னொரு உதாரணம் பாருங்கள்: 'இந்த அங்கீகாரம் தொடர்ந்து இயங்கிக்கொண்டே இருக்க வேண்டும் என்பதற்கான ஊக்கம்.' எது தொடர்ந்து இயங்க வேண்டும்? அங்கீகாரமா? 'தொடர்ந்து இயங்கிக்கொண்டே இருக்க வேண்டும் என்பதற்கான ஊக்க மருந்து இந்த அங்கீகாரம்' என்று எழுதினால் எந்தக் குழப்பமும் இல்லைதானே. இங்கே அங்கீகரம் என்னும் எழுவாய் இடம் மாறியதும் தெளிவு பிறக்கிறது.

'அந்தக் கச்சேரிக்காக மயிலாப்பூர் சபா என்று அழைக்கப்பட்ட அரங்கத்தை ஒப்பந்தம் செய்தார்கள்.' அந்தக் கச்சேரிக்காகத்தான் அது மயிலாபூர் சபா என அழைக்கப்பட்டதா? 'மயிலாபூர் சபா என்று அழைக்கப்பட்ட அரங்கத்தை அந்தக் கச்சேரிக்காக ஒப்பந்தம் செய்தார்கள்' என்று சொல்லும்போது அதன் அர்த்தம் குழப்பமின்றித் துலங்குகிறது. எது, எங்கே, என்ன என்பனவற்றைக் கூடியவரையில் அருகருகே அமைத்துவிடுவதே நல்லது.

'எல்லாமே சரியான தருணத்தில் மேற்கொள்வதில்தான் அடங்கியுள்ளன' என்ற வாக்கியத்தை 'சரியான தருணத்தில் மேற்கொள்வதில்தான் எல்லாமே அடங்கியுள்ளன' என்று எழுதும்போது எது, என்ன, ஏன், எப்படி போன்ற குழப்பங்கள் நேர்வதில்லை.

எல்லாம் சரி, இறந்துபோனது சங்கரனா அல்லது அவரது தாயாரா என்னும் வாக்கியத்தில் உள்ள குழப்பத்தை எப்படித் தீர்ப்பது என்று கேட்கிறீர்களா? விக்ரமாதித்தனாலும் பதில் சொல்ல முடியாத வேதாளத்தின் கேள்விபோலத்தான் இது. இந்த வாக்கியத்தை உடைக்காமல் இதற்குத் தீர்வு காண முடியாது (இறந்தது சங்கரன் என்றோ அல்லது அவரது தாயார் என்றோ அனுமானித்துக்கொண்டு இந்த வாக்கியத்தை ஒரே வாக்கியத்தில் குழப்பமில்லாமல் எழுத முடியுமா என்று முயற்சிசெய்து பருங்கள்).

7

கொன்ற யானையா, கொல்லப்பட்ட யானையா?

'இறந்துபோன சங்கரனின் தாயார் திருவல்லிக்கேணியில் வசித்துவந்தார்' என்னும் வாக்கியத்தில் இறந்தது யார் என்னும் குழப்பத்தை நீக்குமாறு கேட்டுக்கொள்ளப்பட்டிருந்தது. இதற்குப் பலரும் பதிலளித்திருக்கிறார்கள்.

1. இறந்துபோன சங்கரன், தனது தாயாரோடு திருவல்லிக் கேணியில் வசித்துவந்தார்.

2. சங்கரனின் இறந்துபோன தாயார் திருவல்லிக்கேணியில் வசித்துவந்தார்.

ஆகிய இரு வாக்கியங்களை பாலசுப்பிரமணியன் தேவராஜ் என்னும் வாசகர் எழுதியிருக்கிறார். இந்த இரண்டு வாக்கியங்களிலும் யார் இறந்தது என்பது தெளிவாக இருக்கிறது. முதல் வாக்கியத்தில் 'தனது தாயாரோடு' என்ற சொற்கள் மூல வாக்கியத்தில் இல்லாத ஒரு தகவலைச் சொல்கின்றன. மூல வாக்கியத்தில் தாயார் திருவல்லிக்கேணியில் வசித்து வந்ததாகத் தெளிவாகவே சொல்கிறது. சங்கரன் தங்கியிருந்த இடம்பற்றிய தகவல் அதில் இல்லை. இந்தத் தகவலைச் சேர்க்காமலேயே இறந்தது யார் என்பதை ஒரே வாக்கியத்தில் தெளிவுபடுத்த வேண்டும்.

"சங்கரன் இறந்துவிட்டதாகத் தெரிவிக்க வேண்டுமாயின், 'இறந்துபோன சங்கரன், தனது தாயாருடன் திருவல்லிக்கேணியில் வசித்து வந்தார்' என்று கூறலாம். சங்கரனின் தாயார்

அரவிந்தன்

இறந்துவிட்டதைத் தெரிவிக்க, 'இறந்துபோன தனது தாயாருடன் சங்கரன் அவரது இறுதிக்காலம்வரை திருவல்லிக்கேணியில் வசித்துவந்தார்' என்று கூறலாம் என வீ. சக்திவேல் (தே. கல்லுப்பட்டி) எழுதியிருக்கிறார். இந்த வாக்கியங்களிலும் 'தனது தாயாருடன்' என்றும் 'தனது தாயாருடன் அவரது இறுதிக் காலம்வரை' என்றும் புதிய தகவல்கள் சேருகின்றன.

"சங்கரனின் இறந்துபோன தாயார் திருவல்லிக்கேணியில் வசித்துவந்தார் என்று மாற்றலாம். தொல்காப்பியமும் 'புலிகொல்' யானை என்ற தொடரைச் சுட்டும். இது புலியால் கொல்லப்பட்ட யானையா அல்லது புலியைக் கொன்ற யானையா என்ற மயக்கத்தைத் தருகிறது. இதற்குத் தடுமாறு தொழிற்பெயர் என்று பெயர்" என முனைவர் அ. ஜெயக்குமார் சொல்வது இந்தச் சிக்கலை ஒருவாறு தீர்த்துவைக்கிறது. இறந்துபோனது சங்கரன் என்றால், இந்த வாக்கியம் எப்படி அமையும் என்னும் கேள்வி இன்னமும் எஞ்சியிருக்கிறது. 'இறந்துபோன சங்கரன் என்பவரின் தாயார் திருவல்லிக்கேணியில் வசித்துவந்தார்' என்று சொல்வது பொருத்தமாக இருக்கலாம்.

நாம் வாக்கியங்களை அமைக்கும் விதம் குறித்த பரிசீலனையை நமக்குள் ஏற்படுத்துவதுதான் இதுபோன்ற சவால்களின் நோக்கம். ஒரே வாக்கியத்தில்தான் ஒரு விஷயத்தைச் சொல்ல வேண்டும் என்பதில்லை. சொல்லவரும் பொருள் / தகவல் குழப்பமின்றி, பிழையின்றிச் சொல்லப்பட வேண்டும் என்பதுதான் முக்கியம். எழுவாயை அமைக்கும் இடத்தை இந்தக் கண்ணோட்டத்தில் மறுபரிசீலனை செய்தாலே பெரும்பாலான வாக்கியங்கள் தெளிவாகிவிடும்.

ஒரு வாக்கியத்தை அமைக்கும்போது, அதன் எழுவாய் (Subject) என்ன செய்கிறது அல்லது என்ன ஆகிறது என்பது பற்றிய குழப்பம் நேரக் கூடாது. எனவே, எழுவாய்க்கான வினை அல்லது விளைவு அல்லது தகவலைக் கூடியவரை அந்த எழுவாய்க்குப் பக்கத்திலேயே அமைத்துவிடலாம்.

8

ஒருமை, பன்மை மயக்கம்

பேசு மொழிக்கும் எழுது மொழிக்கும் உள்ள ஒரு முக்கியமான வித்தியாசம், பேசும்போது குரலின் தொனி அர்த்தத்தை விளக்கவும் தெளிவுபடுத்தவும் பயன்படும்.

எனவே, பேச்சு மொழியில் சொற்கள் குறையலாம், இடம் மாறலாம். குரலின் ஏற்ற இறக்கங்களும் அழுத்தமும் எல்லாவற்றையும் சரிக்கட்டி விடும். "உடம்பு எப்படி இருக்கு" என்னும் கேள்வி அச்சில் ஒன்றாகவும் பேச்சில் வெவ்வேறு விதங்களிலும் வடிவம் எடுக்கக்கூடியது என்பது நம் அனைவருக்கும் தெரியும். குரல் தரும் வாய்ப்பு எழுத்துக்கு இல்லை. எனவே, எழுதும்போது பல விஷயங்களைத் தெளிவுபடுத்த வேண்டும்.

எழுவாயை அமைக்கும் விதத்தால் ஏற்படக்கூடிய குழப்பங்களை ஏற்கனவே பார்த்தோம். இதே வாக்கியங்கள் குரல் வடிவில் வரும்போது குரலின் ஏற்ற இறக்கங்களும் அழுத்தங்களும் குழப்பத்தைத் தீர்த்துவிடும். 'அழுக்காக இருக்கும் மாணிக்கத்தின் கடை' என்னும் வாக்கியத்தை எழுதினால் அழுக்காக இருப்பது மாணிக்கமா, கடையா என்னும் தெளிவின்மை வரலாம். ஆனால் உரையாடலில் குரலின் மூலம் குழப்பமில்லாமல் சொல்லிவிடலாம். எழுதும்போதுதான் சிக்கல். எனவே, எழுதும்போது கூடுதல் கவனம் எடுத்துக்கொள்ள வேண்டும்.

இதேபோன்ற குழப்பம் ஒருமை, பன்மை விஷயத்திலும் ஏற்படும். 'சண்முகமும் மைக்கேலும் பாடினார்கள்', 'கிளை ஆடியது', 'மரங்கள் முறிந்தன'

என்னும் வாக்கியங்களில் ஒருமை பன்மை குழப்பம் இருக்காது. 'மரத்தில் இலைகள் குறைவாக இருந்தன' என்னும் வாக்கியத்தில் சிலருக்குக் குழப்பம் ஏற்படுகிறது. மரம், இலைகள் என இரண்டு பெயர்ச் சொற்கள் ஒருமையிலும் பன்மையிலும் இருப்பதால் வரும் குழப்பம் இது. எது எழுவாய் என்று பாருங்கள். குறைவு என்பது இலைகள் என்னும் பன்மைச் சொல்லுக்கான விவரணை. எனவே, இலைகள் எழுவாய். இலைகள் பன்மை என்பதால் பன்மைக்கான சொல்லைப் பயன்படுத்த வேண்டும்.

'ஆடுகள் மரத்துக்குக் கீழே இருக்கும் கல்லை மிதித்துச் சென்றது' என்னும் வாக்கியத்தில் பிழை உள்ளது. ஆடுகள்தான் இங்கே எழுவாய். ஆடுகள் பன்மை. எனவே, 'சென்றன' என்பதே சரி. 'மரத்துக்குக் கீழே இருக்கும் கல்லை ஆடுகள் மிதித்துச் சென்றது' என்று எழுதினால் இந்தப் பிழை சட்டென்று கவனத்துக்கு வந்துவிடும். எழுவாயையும் அதன் வினையையும் கூடியவரை அருகருகே வைப்பதால் பல குழப்பங்கள் தவிர்க்கப்படும்.

'பாடத்திட்டம் நான்கு பாடங்களாகக் குறைக்கப் பட்டன' என்று ஒரு வாக்கியத்தைப் படிக்க நேர்ந்தது. இங்கே பாடத்திட்டம்தான் எழுவாய். அது ஒருமை. எனவே குறைக்கப் பட்டது என ஒருமையைப் பயன்படுத்துவதே சரி.

'பாடத்திட்டத்தில் நான்கு பாடங்கள்' என்று எழுதினால் 'குறைக்கப்பட்டன' எனப் பன்மையைப் பயன்படுத்தலாம். ஏனென்றால் இங்கே எழுவாய் மாறிவிடுகிறது.

வினைச்சொல்லில் ஒருமையை அல்லது பன்மையைப் பயன்படுத்துவது எழுவாயைப் பொறுத்தது. எழுவாய் எது என்பதை அடையாளம் கண்டுகொண்டால் இந்தக் குழப்பம் வரவே வராது.

9

ஏன் இந்தக் குழப்பம்?

ஒருமை, பன்மை மயக்கம் பற்றிய குறிப்பு களைப் படித்த நண்பர் ஒருவர் இதைப் பற்றி ஏன் எழுத வேண்டும் என்று கேட்டார். ஒருமைக்கும் பன்மைக்கும் வித்தியாசம் தெரியாமல்போய்விடுமா என்பது அவருடைய வாதம்.

உண்மைதான். ஆனால், குழப்பம் ஏற்படத் தானே செய்கிறது. 'இருள் வெளியில் ஒளியாகப் படிகிறது அவரது சிந்தனைகள்' எனும் வாக்கியத்தில் சிந்தனைகள் என்பது பன்மை; எனவே, 'படிகின்றன' என்றுதான் எழுத வேண்டும் என்பது எல்லோருக்கும் தெரியும். அப்படியானால் ஏன் இந்தத் தவறு நேர்கிறது?

'அவனிடம் சந்தேகங்கள் இருக்கிறது' என்று எழுதினால் எழுதும்போதே தவறு என்று தெரிந்து விடுவதற்கான வாய்ப்பு அதிகம். காரணம், சந்தேகங்கள் என்ற சொல்லுக்குப் பக்கத்திலேயே அதற்கான பயனிலைச் சொல் வந்துவிடுகிறது. ஆனால், முதலில் சொன்ன வாக்கியத்தில் பயனிலை முதலிலும் எழுவாய் பின்னாலும் அமைக்கப்பட் டுள்ளன. படிகிறது என்று எழுதியபிறகு சிந்தனைகள் என்று எழுதும்போது, 'படிகின்றன சிந்தனைகள்' என்றுதானே எழுத வேண்டும் எனத் தோன்றுவதற் கான வாய்ப்பு குறைவு. காரணம், வாக்கியத்தைத் தலைகீழாக மீளாய்வு செய்யும் பழக்கம் நமக்கில்லை. எழுதும் வேகத்தில் இதைத் தாண்டி வந்துவிடுகிறோம்.

எழுவாய்க்குப் பிறகு பயனிலை என்னும் வரிசையைக் கூடியவரையில் கடைப்பிடித்தால்

குழப்பங்களைத் தவிர்க்கலாம். சிந்தனைகள் என்று முதலில் எழுதிவிட்டால் படிகின்றன என்னும் பன்மை தானாகவே வந்துவிடும். ஆனால், எல்லாச் சமயங்களிலும் இப்படி எழுத முடியாது. சில சமயம் எழுவாயைக் கடைசியில் அமைக்கும்போது, வாக்கியத்துக்குக் கூடுதல் அழுத்தமோ வலுவான முத்தாய்ப்போ கிடைக்கும். 'பிரச்சினை தீர்ந்தது' என்பதைக் காட்டிலும் 'தீர்ந்தது பிரச்சினை' என்று எழுதும்போது தொனி மாறத்தான் செய்கிறது. 'கிளம்பிற்று படை' என்று சொல்லும்போது கிடைக்கும் உணர்வு 'படை கிளம்பிற்று' என்று சொல்லும்போது இல்லை. பொதுவாக, கவிதைகளில் இத்தகைய வாக்கியங்களைப் பார்க்கலாம். உரைநடையில் கூடியவரை இதைத் தவிர்ப்பது நல்லது. எப்போதுமே இப்படி எழுதிக்கொண்டிருந்தால் இந்தப் பாணி தன் தாக்கத்தை இழந்து, சலிப்பூட்டத் தொடங்கிவிடும். அரிதாகப் பயன்படுத்தும்போதுதான் இதற்கான மதிப்பு இருக்கும்.

ஒரு வாக்கியத்தில் எழுவாயை எங்கே அமைப்பது, ஒரு தகவலை எப்படிக் குழப்பமில்லாமல் சொல்வது என்பது பற்றிய குறிப்புக்குச் சுவையான எதிர்வினைகள் தொடர்ந்து வந்துகொண்டிருக்கின்றன. செய்தித் தொலைக்காட்சி ஒன்றில் பணிபுரியும் நண்பர் இந்தத் தகவலைப் பகிர்ந்துகொண்டார்: 'முதலமைச்சரின் உத்தரவின் பேரில் இலங்கைக் கடற்படையினரால் சுட்டுக் கொல்லப்பட்ட தமிழக மீனவர்களின் குடும்பங்களுக்கு நஷ்ட ஈடு வழங்கப்பட்டது' என்ற வாக்கியத்தை உதவி ஆசிரியர் ஒருவர் எழுதியிருந்தார். இதிலுள்ள விபரீதத்தை விளக்கி, 'இலங்கைக் கடற்படையினரால் சுட்டுக் கொல்லப்பட்ட தமிழக மீனவர்களின் குடும்பங்களுக்கு, முதலமைச்சரின் உத்தரவின் பேரில் நஷ்ட ஈடு வழங்கப்பட்டது' என்று மாற்றி எழுதச் சொன்னதாக அவர் கூறினார். வாக்கியத்தை முறையாக அமைக்க வேண்டியதன் அவசியத்தை இதைவிடவும் தெளிவாக விளக்க முடியாது என்றே தோன்றுகிறது.

10

குழப்பங்கள் உருவாவது எப்படி?

வாக்கியக் குழப்பங்கள் பலவிதமாக இருந்தாலும், அவற்றின் மூல வேர் வாக்கியத்தை அமைக்கும் விதத்தில்தான் இருக்கிறது. 'மரங்களை அரசு உத்தரவின் பேரில் சாலைகள் அமைப்பதற்காகப் பொதுப்பணித் துறை ஊழியர்களால் வெட்டப் பட்டன' என்ற வாக்கியத்தைப் பாருங்கள். 'மரங்கள்' என்று இருந்திருக்க வேண்டும். அல்லது, 'ஊழியர்கள் வெட்டினார்கள்' என்று இருந்திருக்க வேண்டும்.

ஓரளவு தமிழ் அறிந்தவர்களுக்குக்கூட இது போன்ற விஷயங்கள் தெரியும். ஆனால், அதையும் மீறி பல தவறுகள் ஊடகங்களிலும் நூல்களிலும் வரத்தான் செய்கின்றன. இவற்றை எழுதுபவர்கள் தமிழ் அறியாதவர்கள் என்றும் சொல்லிவிட முடியாது. அப்படியானால், இதுபோன்ற தவறுகள் ஏன் வருகின்றன?

மேலே உள்ள வாக்கியத்தை இப்படி மாற்றிப் பாருங்கள்: 'அரசு உத்தரவின் பேரில் சாலைகள் அமைப்பதற்காகப் பொதுப்பணித் துறை ஊழியர் களால் மரங்களை வெட்டப்பட்டன' – இந்த வாக்கியத்தில் தவறு சட்டென்று தெரிந்துவிடுகிறது அல்லவா? எனவே, உடனடியாக 'மரங்கள் வெட்டப் பட்டன' என்று திருத்தப்பட்டுவிடும்.

பிரச்சினை எங்கே இருக்கிறது? மேலும் தவறு நிகழ்வதற்கும் அந்தத் தவறு கண்ணில் படாமல் போவதற்குமான காரணம் என்ன?

நீண்ட வாக்கியம் என்பது ஒரு பிரச்சினை. 'மரங்கள் வெட்டப்பட்டன' என்றோ 'மரங்களை வெட்டினார்கள்' என்றோ எழுதும்போது செய்வினை, செயப்பாட்டு வினை குழப்பம் வருவதில்லை. வாக்கியத்தின் நீளம் கூடக்கூட அதில் குழப்பம் ஏற்படுவதற்கான வாய்ப்பும் கூடிவிடுகிறது. இயல்பாகக் கண்ணில் படும் தவறுகள்கூட நீண்ட வாக்கியங்களில் கண்ணில் படாமல்போகலாம். எனவே, கூடியவரையில் நீண்ட வாக்கியங் களைத் தவிர்க்கலாம் அல்லது நீண்ட வாக்கியங்களை எழுதும்போது கூடுதல் கவனம் எடுத்துக்கொள்ளலாம்.

அடுத்த பிரச்சினை, நாம் தொடர்ந்து விவாதித்துவரும் எழுவாய் தொடர்பானது. ஒரு வாக்கியத்தை எழுவாயிலிருந்து தொடங்குவதில் தவறு இல்லை. ஆனால், அதன் பயனிலைச் சொல்லுக்கு முன்பு ஏகப்பட்ட விவரங்களை அந்த வாக்கியத்தில் தரும்போது எழுவாயும் பயனிலையும் வெகு தூரம் விலகிச்சென்று விடுகின்றன. எனவே, எழுவாயைப் பொறுத்து அமையக்கூடிய ஒருமை, பன்மை, செய்வினை, செயப்பாட்டு வினை முதலான அம்சங்கள் சட்டென்று கவனத்துக்கு வருவதில்லை.

மேற்படி வாக்கியத்தில் மரங்கள் என்னும் எழுவாயையும் வெட்டப்படுதல் / வெட்டுதல் என்னும் வினைச் சொல்லையும் அருகருகே அமைக்கும்போது தவறு நேர்வதற்கான வாய்ப்பு குறைந்துவிடுவதைக் காணலாம். அப்படியே தவறு நேர்ந்தாலும் அது உடனே நம் கண்ணில் பட்டுவிடுகிறது.

எழுவாய், பயனிலையின் வரிசையை மாற்றுவதாலும் பிரச்சினை வருவதைப் பார்த்திருக்கிறோம். 'சொல்கிறது தகவல்கள்' என்று ஒரு வாக்கியத்தைப் படிக்க நேர்ந்தது. தகவல்கள் என்னும் சொல்லை முதலில் அமைத்திருந்தால் சொல்கின்றன என்னும் பன்மைச் சொல் இயல்பாகவே வந்து விழுந்திருக்கும். எழுவாய்க்குப் பிறகு பயனிலை என்று அமைத்துக்கொண்டால் காலம், ஒருமை – பன்மை, செய்வினை – செயப்பாட்டு வினை ஆகியவை இயல்பாகவே சரியாக அமைந்துவிடும். மாற்றித்தான் அமைக்க வேண்டும் என்று விரும்பினால், அதற்கான கூடுதல் கவனத்தைச் செலுத்த வேண்டும்.

11

இதுவும் அதுவும் மற்றும் முதலான ஆகியவையும்

'ஒரு' என்னும் சொல்லைப் போலவே 'மற்றும்' என்னும் சொல்லும் தமிழில் பெரும்பாலும் தேவையில்லாமல் ஒட்டிக்கொள்கிறது. ஆங்கிலத்தின் and என்னும் சொல்லின் மொழிபெயர்ப்பாகவே இது மிகுதியும் ஒட்டிக்கொண்டிருக்கிறது.

அமைச்சரும் அதிகாரிகளும் விரைந்தார்கள் என்று சொல்லுவதற்குப் பதிலாக அமைச்சர் மற்றும் அதிகாரிகள் விரைந்தார்கள் என எழுதுவது தமிழின் இயல்புக்கு அன்னியமாக இருப்பதை உணரலாம். Ministers and officers என எழுதுவது ஆங்கில வழக்கு. தமிழில் உம்மைத் தொகை போட்டு எழுதுவதன் மூலம் இதை இயல்பாகச் சொல்லிவிடலாம்.

இரண்டுக்கு மேல் இருந்தால் உம்மைத் தொகை போட்டு எழுதுவது ஆயாசத்தைத் தரக்கூடும். ராமனும் முத்துவும் மங்கையும் சபீதாவும் ராஜாவும் என்று 'உம்' போட்டுப் பெரிய பட்டியலை அடுக்குவது சரளமான வாசிப்புக்கு உதவாது. இப்படிப் பட்டியல் போடும்போது கடைசிக் கூறுக்கு முன்னால் and சேர்ப்பது ஆங்கில மரபு. இதைப் பலரும் தமிழில் அப்படியே பயன்படுத்துகிறார்கள். 'புத்தகம், துணிமணிகள், காய்கறிகள், அரிசி மூட்டை மற்றும் மேசை' என்று எழுதுவது ஆங்கில மரபை அடியொற்றிய வழக்கம். 'புத்தகம், துணிமணிகள், காய்கறிகள், அரிசி மூட்டை, மேசை ஆகியவை' என்று எழுதுவது தமிழ் மரபை அடியொற்றிய வழக்கம்.

ஒரு பட்டியல் முடிந்துவிட்டால் ஆகியவை என்றும் பட்டியல் முடியவில்லை என்றால் போன்றவை அல்லது முதலானவை என்றும் வார்த்தைகளை அவற்றின் இயல்புக்கு ஏற்பப் பயன்படுத்தலாம். இரண்டு வகையான வாக்கிய அமைப்பு களிலும் மற்றும் என்னும் சொல் இல்லாமலேயே சொல்லவரும் பொருளைத் தெளிவாகச் சொல்லிவிடலாம்.

மொழிகளுக்கிடையே பல விதமான பரிமாற்றங்களும் நடக்கத்தான் வேண்டும். ஆனால், பிற மொழியிலிருந்து எடுத்துக் கொள்ளப்பட்டு புழக்கத்திற்கு வரும் சொல்லோ, வழக்கோ, நடைமுறையோ மொழிக்கு ஏதேனும் ஒரு வகையில் வளம் சேர்க்க வேண்டும். அதன் திறனைக் கூட்ட வேண்டும். மற்றும் என்பது எந்த வகையில் தமிழின் வளத்தையோ திறனையோ கூட்டுகிறது?

சிலர் பட்டியலிடும்போது 'மரம், செடி, கொடி, பூச்சி மற்றும் பறவை ஆகியவை' என மற்றும், ஆகியவை என்று இரண்டையும் சேர்த்துப் பயன்படுத்துகிறார்கள். இந்த இடத்தில் மற்றும் தேவையில்லை. அப்படி வரத்தான் வேண்டும் என்று நினைத்தால் ஆகியவை என்பதை நீக்கிவிடலாம். இரண்டில் ஒன்று இருந்தாலே நாம் சொல்லவரும் பொருள் தெளிவாகச் சொல்லப்படுகிறது. அந்த இரண்டில் ஆகியவை என்பதே தமிழ்ப் பண்புக்கு நெருக்கமானது.

தவிர்க்க முடியாத இடங்கள் தவிர மற்ற இடங்களில் ஒரு, மற்றும் போன்ற சொற்களைத் தவிர்ப்பதே இயல்பான தமிழுக்குப் பொருத்தமாக இருக்கும்.

ஆங்கிலத்தோடு ஒப்பிடும்போது தமிழில் சிக்கனமாக விஷயங்களைச் சொல்ல முடியவில்லை என்று பலரும் குறைபட்டுக்கொள்கிறார்கள். உண்மையில் தமிழில் பல விஷயங்களைச் சிக்கனமாகச் சொல்லிவிட முடியும். தமிழின் அமைப்பு சிக்கனத்துக்கு உதவத்தான் செய்கிறது. அது குறித்து விளக்கமாகத் தெரிந்துகொள்ள நிறையவே இருக்கிறது.

ஒரு சொல் கேளீர்!

12

ஒரு சொல்லில் பல செய்திகள்

'மற்றும்' என்னும் சொல் குறித்து எழுதும்போது 'அமைச்சரும் அதிகாரிகளும்', 'ராமனும் முத்துவும் மங்கையும் சபீதாவும் ராஜாவும்' ஆகிய உதாரணங்களை உம்மைத் தொகை எனக் குறிப்பிட்டிருந்தேன். இவை எண்ணும்மை என்று பேராசிரியர் பா. மதிவாணன் சுட்டிக்காட்டுகிறார். 'உம்' என்பது வெளிப்படையாக வந்தால் எண்ணும்மை. வெளிப்படையாக வராமல் (புத்தகங்கள், மேசைகள், எழுதுபொருட்கள்..; பூரி கிழங்கு, இட்லி சட்னி) இருந்தால் 'உம்மைத் தொகை' (தொக்கி நிற்பது) என்றும் அவர் தெளிவுபடுத்துகிறார். அவருக்கு நன்றி.

'ஆகியவை, போன்றவை என்ற இரண்டு வார்த்தைகளுக்கும் வேறுபாடு உண்டு' என்று அய்யப்பன்தாங்கலைச் சேர்ந்த சா.க. மூர்த்தி குறிப்பிட்டிருக்கிறார்.

'"ஆகியவை' என்பது வாக்கியத்தில் குறிப்பிட்டுச் சொன்ன பொருட்களை மட்டுமே குறிக்கும். உதாரணம்: 'வெண்டைக்காய், கேரட், முட்டைகோஸ் ஆகியவற்றைக் கொடு'. 'போன்ற' என்பது குறிப்பிடப்பட்ட காய்கள் இல்லாவிடில், அதுபோன்ற வேறு காய்களைக் கொடு என்பதாகும். இரண்டுக்கும் நுணுக்கமான, நுட்பமான வேறுபாடு உள்ளது" என்று அவர் சுட்டிக்காட்டுகிறார்.

மொழியின் பயன்பாட்டில் சிறிய அம்சங்களும் கூட மிக முக்கியமானவை. மொழியின் நுட்பங்களை அறியவும் அவற்றைச் சரியாகப் பயன்படுத்தவும் இதுபோன்ற தகவல்கள் பெரிதும் துணைபுரியும்.

'போன்றவை', 'ஆகியவை' ஆகிய சொற்களுக்கிடையேயான வேறுபாட்டைச் சுட்டிக்காட்டிய மூர்த்திக்கு நன்றி.

தமிழில் பல விஷயங்களைச் சிக்கனமாகச் சொல்லிவிட முடியும் என்று ஏற்கெனவே பார்த்தோம். விஷயம் 'சிக்கன'த்தைப் பற்றியது என்றாலும், பல்வேறு உதாரணங்களுடன் 'விரிவா'கப் பேச வேண்டும். அதை இங்கே சற்று ஊன்றிப் பார்ப்போம்.

'வந்தான்' என்னும் சொல்லை எடுத்துக்கொள்ளுங்கள். அது கடந்த காலத்தைக் குறிக்கிறது என்பது தெளிவாகிறது. வந்தவர் ஒருவர்தான் என்றும், அவர் ஆண் என்பதும் புலனாகிறது. ஒரே ஒரு சொல் எத்தனை தகவல்களைத் தெரிவிக்கிறது என்று பாருங்கள். அதுபோலவே தந்தேன், வருகிறாய், நடக்கின்றன என்று பல சொற்கள் தம்முள் ஒன்றுக்கும் மேற்பட்ட செய்திகளைப் புதைத்துவைத்திருக்கின்றன. எழுவாயே இல்லாமல் இந்தச் சொற்கள் குழப்பமில்லாமல் பொருள் தருகின்றன. தமிழில் தோன்றா எழுவாய் எனப்படும் வசதி இதைச் சாத்தியமாக்குகிறது.

இப்படிப் பல வசதிகள் தமிழில் உள்ளன. ஆனால், தமிழில் எழுதும் பலர் தமிழில் சிக்கனமாக எழுத முடியவில்லை என்று குறைபட்டுக்கொள்கிறார்கள். குறிப்பாக, ஆங்கிலத்துடன் ஒப்பிட்டு இதைச் சொல்கிறார்கள். ஆங்கிலத்தில் தோன்றா எழுவாய் இல்லை. அதில் எழுவாயைக் குறிப்பிட்டுவிட்டு, அது தொடர்பான பல்வேறு சங்கதிகளையும் அடுத்தடுத்து அடுக்கிக் கொண்டே போகும் வசதி இருக்கிறது. இடையில் வேறொரு பெயர்ச்சொல் வரும்போது, அந்தப் பெயர்ச்சொல் குறித்தும் சில செய்திகளை அதே வாக்கியத்தில் அமைப்பதுண்டு. இப்படிச் சங்கிலித் தொடர் போன்ற ஆங்கில வாக்கிய அமைப்பைக் கண்டு பிரமிப்பவர்களில் சிலர் தமிழில் இப்படி இல்லையே என்று நினைக்கிறார்கள்.

ஒவ்வொரு மொழிக்கும் சில சிறப்பம்சங்கள் உண்டு, பலவீனங்களும்தான். நமது மொழியில் இருக்கும் சிறப்பம்சங்களை அறிந்துகொண்டு, அவற்றைச் சரியாகப் பயன்படுத்தினால் அதன் திறனை அதிகரிக்க முடியும். சிக்கனத்தில் தமிழின் திறனை மேலும் சில உதாரணங்களுடன் பார்ப்போம்.

13

ஊளைச் சதையைத் தவிர்ப்பது எப்படி?

தமிழில் சுருக்கமாக எழுத முடியவில்லை என்று சொல்பவர்கள் பெரும்பாலும் ஆங்கிலத்துடன் ஒப்பிட்டே அப்படிச் சொல்கிறார்கள். ஆங்கிலத்தின் தாக்கத்தில் தமிழ் எழுதுபவர்கள், அதனாலேயே பல நேரங்களில் தமிழ்ச் சொற்களைத் தவிர்க்கத் தலைப்படுகிறார்கள். ஆங்கிலத்தில் ஊறிய மனம், தமிழ்ச் சொற்களை மறக்கடித்துவிடுகிறது. அல்லது, ஆங்கிலச் சொற்களை / தொடர்களை மேலானவை யாக நினைக்கவைக்கிறது.

இத்தகைய மனப்போக்குதான் தமிழில் சிக்கனம் இல்லை என்று சொல்கிறது. ஓரளவு தமிழறிவும் தமிழைப் பிறமொழித் தாக்கமின்றி இயல்பாக அணுகிப் பயன்படுத்தும் பழக்கமும் கொண்டவர்களுக்கு இந்தச் சிக்கல் இருப்பதில்லை. செய்தித்தாள்களில் வரும் கட்டுரைகள் சிலவற்றில் ஆங்கிலப் பாதிப்புள்ள தமிழை அதிகம் காணலாம். ஆனால், படைப்புகளில் அல்லது படைப்பாளி களின் மொழியில் இதை அதிகம் காண முடியாது. ஏனென்றால், படைப்பு மனம் மொழியின் ஆழமான கூறுகளுடன் இயல்பாகவும் வலுவாகவும் தொடர்புகொண்டது.

அதுபோலவே, ஆங்கிலத் தாக்கம் அதிகமற்ற மக்களின் மொழியிலும் சிக்கனம் இயல்பாக இருப்பதைக் காணலாம். பழமொழிகளும் சொலவடைகளும் இதற்கு உதாரணம். 'அவனை முதுகுல தடவினா, வவுத்துல இருக்கறதக்

கக்கிடுவான்' என்றொரு சொலவடை. 'காலில் சக்கரத்தக் கட்டிக்கிட்டு ஓடுறான்' என்று இன்னொரு சொலவடை. இவை இரண்டும் உணர்த்தும் அர்த்தத்தை இந்தச் சொலவடைகளின் துணையின்றிச் சொல்ல முயன்றால், இரண்டு மூன்று வாக்கியங்கள் தேவைப்படும். தமிழின் இயல்பான பயன்பாட்டில் சிக்கனம் இருக்கிறது. இயல்பை விட்டு விலகும்போதுதான் ஊளைச் சதைபோட்டு எழுத்து வீங்கிவிடுகிறது.

இரண்டு மொழிகளை ஒப்பிட்டு ஒன்று சிறந்தது, இன்னொன்று தாழ்ந்தது என்று சொல்வதில் எந்தப் பொருளும் இல்லை. ஆங்கிலத்தை அளவீடாகக் கொண்டு தமிழின் சிக்கனம் பற்றிப் பெரும்பாலும் பேசப்படுவதால், ஆங்கிலத்தோடு ஒப்பிட்டு இதைப் பார்க்க வேண்டியிருக்கிறது.

தமிழில் உறவுமுறைகளைக் குறிக்கும் பெயர்களுக்குப் பஞ்சமே இல்லை. மிகவும் அடிப்படையான அண்ணன், தங்கை, அக்கா, தம்பி ஆகிய சொற்கள் தமிழின் சிக்கனத்தைப் பறைசாற்றுபவை. ஆங்கிலத்தைப் போல *elder brother, younger sister* என்றெல்லாம் இரண்டிரண்டு சொற்களைப் போட்டுச் சொல்ல வேண்டியதில்லை. ஆனால், தமிழிலும் சிலர் இப்போதெல் லாம் மூத்த சகோதரி, இளைய சகோதரன் என்று எழுதிப் படிப்பவர்களுக்கு மனச்சோர்வை ஏற்படுத்துகிறார்கள். 'செம ஷார்ப் ரெஸ்பான்ஸ்' என்றுகூட இப்போதெல்லாம் துணுக்குகளில் எழுதுகிறார்கள். கூர்மை என்ற சொல்லையே மறக்கடிக்கும் மொண்ணையான அணுகுமுறைகள்தான் தமிழுக்கு இன்று முக்கியமான எதிரிகள்.

அதுபோலவே மைத்துனன், மாப்பிள்ளை, மைத்துனி, மாமனார், மாமியார் போன்று தமிழில் ஒற்றைச் சொல்லாகப் புழங்கும் உறவுமுறைச் சொற்கள், ஆங்கிலத்தில் இரண்டு அல்லது மூன்று சொற்களாகப் புழங்கிவருகின்றன *(brother-in-law)*.

பல சொற்களை ஆங்கிலத்தை அடிப்படையாகக் கொண்டு தமிழில் சிந்திக்கும்போதுதான் சிக்கல் வருகிறது. ஒரு சொல்லை எப்படிச் சொல்வது என்னும் நெருக்கடி ஏற்படும்போது, ஆங்கிலமே தெரியாத ஒரு தமிழர் அதை எப்படிச் சொல்லுவார் என்று யோசித்துப் பார்த்தாலே விடை கிடைக்கும்.

14

பிரச்சினை எங்கே இருக்கிறது?

ஆங்கிலத்தில் இருந்து கலைச் சொற்களைத் தமிழில் மொழிபெயர்க்கும்போது ஒரே சொல்லாகக் கொண்டுவர முடியவில்லை என்னும் ஆதங்கம் நியாயமானது. கலைச் சொற்களும் துறைசார் சொற்களும் (globalisation, demonetisation, faculty, fellowship...) ஒரு மொழியில் இயல்பாக உருவாகும் போது, அம்மொழிக்கே உரிய தன்மையுடன் சிக்கனமாக உருவாகும். கலை / துறைசார் சொற்கள் பலவற்றுக்கு, நேரடிப் பொருள்கொள்ள இயலாது என்னும் நிலையில், அவை சுட்டும் பொருளை மொழிபெயர்க்க வேண்டும் என்பதால் சிக்கல் வரத்தான் செய்யும்.

அதே சிக்கல், தமிழிலிருந்து ஆங்கிலம் முதலான மொழிகளுக்குச் செல்லும்போதும் வரும். பரிசம்போடுதல், வெற்றிலை பாக்கு வைத்தல், களவொழுக்கம், மூக்கில் வியர்த்தல், சொறிந்து கொடுத்தல் முதலானவற்றை ஆங்கிலத்தில் மொழிமாற்றம் செய்யும்போது, இதுபோன்ற சிக்கல்கள் வரத்தான் செய்யும். எனவே, மொழிபெயர்ப்புச் சிக்கல்களை, அதிலும் கலை / துறைசார் சொற்களின் மொழிபெயர்ப்புச் சிக்கல்களைத் தமிழ் மொழிக்கே உள்ள சிக்கல்போலப் பேசுவது பிழையானது.

படைப்பூக்கமும் மொழி ஆளுமையும் உள்ளவர்களிடம் மொழிச் சிக்கனம் இயல்பாகவே இருப்பதைக் காணலாம். ஒரு பின்னணியை, கதையைச் சொல்லிக்கொண்டே போகும்போது

அது தேவைக்கு அதிகமாக விரிந்துகொண்டுபோவதை உணரும் எழுத்தாளர், *To cut a long story short* என்று சொல்லி, சுருக்கமாக ஓரிரு சொற்களில் / வாக்கியங்களில் முடித்துவிடுவது உண்டு. விரித்துச் சொன்னது போதும் என உணரும்போதும் இப்படி நடக்கும். ஆங்கிலத்தில் இது இயல்பாகப் புழங்குவதைக் காணலாம். ஆங்கில வாசிப்பின் மூலம் இதை அறியும் சிலர், தமிழில், இதுபோன்ற சூழல்களில், 'நீண்ட கதையைச் சுருக்கிச் சொல்வதானால்' என எழுதத் தலைப்படுகிறார்கள். இது தமிழ்ப் பண்புடன் ஒட்டாமல் செயற்கையாகத் துருத்திக் கொண்டு நிற்கிறது அல்லவா?

இதற்கு மாற்று என்ன? புதுமைப்பித்தன் மிக எளிதாக இதை எதிர்கொண்டிருக்கிறார். 'வளர்த்துவானேன்' என்னும் சொல்லைப் பயன்படுத்துகிறார். இந்த ஒற்றைச் சொல்லில் *To cut a long story short* என்பதன் சாரமும் தொனியும் கூர்மையாகப் பிரதிபலிப்பதைப் பாருங்கள். இந்தச் சொல் புதுமைப்பித்தனின் கண்டுபிடிப்பு அல்ல. ஆனால், இந்த இடத்தில், இப்படிப் பயன்படுத்தியது அவருடைய படைப்பாற்றல். தமிழை இயல்பாக உள்வாங்கி, இயல்பாகக் கையாளும்போது இவையெல்லாம் சாத்தியமாகும்.

ஆங்கிலமே பிறந்திராத ஒரு காலத்தில் எழுதப்பட்ட ஒரு நூலிலிருந்தும் உதாரணம் காட்டலாம். சீதையைக் கைப்பிடிக்க ராமன் சிவதனுசை முறித்தது ராமாயணத்தில் வரும் ஒரு நிகழ்வு. ராமன் மிக வேகமாகவும் இலகுவாகவும் இதைச் செய்கிறான். கம்பன் இதை 'எடுத்தது கண்டார் இற்றது கேட்டார்' என்கிறார். வில்லை எடுத்ததைப் பார்த்தவர்கள் பிறகு வில் முறியும் ஒலியைத்தான் கேட்டார்களாம். நடுவில் நிகழ்ந்ததை ஒருவரும் அறியவில்லை. அவ்வளவு வேகமாக அது நடந்துவிட்டது என்கிறான் கம்பன். ராமனின் வில்லாற்றலுக்குச் சவால் விடும் இந்தச் சொல்லாற்றல் தமிழின் சிக்கனத்துக்குப் பொருத்தமான சான்றல்லவா? பிரச்சினை எங்கே இருக்கிறது? மொழியிலா, அதைப் பயன்படுத்துபவர்களிடத்திலா?

15

நேரடிப் பொருளை நாடலாமா?

மொழிபெயர்ப்பின்போது ஒரு மொழியின் நுட்பங்கள், அதன் வீச்சு, போதாமைகள் ஆகியவை நன்கு உணரப்படுகின்றன. காரணம், ஒவ்வொரு மொழியும் ஒவ்வொரு உலகம். வெவ்வேறு பண்பாட்டு, வரலாற்றுப் பின்புலங்களைக் கொண்டவை. ஒரு மொழியில் எழுதப்படுபவற்றைப் புரிந்துகொள்வது ஒப்பீட்டளவில் எளிது. பொருளும் உட்பொருளும் தொனியும் மாறாமல் இன்னொரு மொழிக்கு அதன் சாரத்தைக் கொண்டுசெல்வது சவாலான முயற்சி.

எனவே, மொழிபெயர்க்கும்போது சிக்கனம் குறித்த சிக்கல்கள் வரத்தான்செய்யும். இந்த இடத்தில் சுருக்கத்துக்கும் சிக்கனத்துக்கும் இடையிலுள்ள வேறுபாட்டை நாம் உணர வேண்டும். மூலத்தில் இருப்பதைச் சுருக்கமாகச் சொல்வது சிக்கனம் ஆகிவிடாது. மூலத்தில் இருப்பவற்றை ஒன்று விடாமல் தமிழில் தர வேண்டும். பொருளோ தொனியோ மாறாமல் தர வேண்டும். அதைச் சிக்கனமான மொழியில் தர வேண்டும்.

ஒரு பண்பாட்டுப் பின்புலத்தில் பிறந்த மொழியின் தொடர்கள், வாக்கிய அமைப்புகள் இன்னொரு மொழிக்கு அந்நியமாக இருக்கும் என்பதால், பல இடங்களில் நேரடியாக மொழிபெயர்த்துவிட முடியாது. தொடர்கள், வாக்கியங்களின் நேரடிப் பொருளை அல்லாமல் அவை உணர்த்தும் உட்பொருளைக் கொண்டுவர வேண்டும். இந்தச் சவாலின் முக்கியமான சில சிக்கல்களை ஒவ்வொன் றாகப் பார்க்கலாம்.

எளிய உதாரணத்திலிருந்து தொடங்கலாம். *In other words* என்று ஒரு தொடரை ஆங்கிலத்தில் அடிக்கடி பயன்படுத்து வார்கள். ஒரு செய்தியை விரிவாகச் சொன்ன பிறகு அதைச் சுருக்கியோ, மேலும் தெளிவுபடுத்தியோ சொல்ல வேண்டியிருக்கலாம். சிக்கலானவற்றைக் கையாளும்போது அதற்கான தேவை உருவாகலாம். அந்த நேரத்தில் *In other words* என்ற சொற்றொடரைப் பயன்படுத்துவார்கள். "வேறு வார்த்தைகளில் சொல்வதானால்" என்றுகூட இதைச் சிலர் மொழிபெயர்க்கிறார்கள்.

பொதுவாகவே, இதுபோன்ற தொடர்களை மொழிபெயர்க்கும்போது அவை என்ன சொல்கின்றன என்பதைவிட எதைச் சொல்லவருகின்றன என்பதை எழுத வேண்டும். அவ்வகையில் இந்தத் தொடரை 'அதாவது' என்னும் ஒற்றைச் சொல்லின் மூலம் உணர்த்திவிடலாம். *In other words* என்று வரும் இடங்களில் 'அதாவது' என்று போட்டுப் படித்துப்பாருங்கள். அது சொல்லவரும் அர்த்தக் கோர்வை கச்சிதமாகப் பயின்று வருவதை உணரலாம். *More often than not* என்றொரு தொடர். இதைக் கேட்டதும், 'இல்லை என்பதைக் காட்டிலும்...' என்றெல்லாம் தலையைச் சுற்றி மூக்கைத் தொட வேண்டாம். அகராதியில் தெளிவாக *Usually* (வழக்கமாக) என்று பொருள் தரப்பட்டிருக்கிறது.

வழக்கத்துக்கு மாறாகத் தெரியும் எந்தத் தொடரையும் சட்டென்று அதன் நேர்ப்பொருளில் புரிந்துகொள்ள முயலவோ அதனடிப்படையில் மொழிபெயர்க்கவோ கூடாது. இந்த எச்சரிக்கை உணர்வு இருந்தால் அபத்தமான மொழிபெயர்ப்பு களைத் தவிர்த்துவிடலாம். உதாரணமாக, 'தலையைச் சுற்றி மூக்கைத் தொடுதல்' என்னும் தொடரை எடுத்துக்கொள்வோம். இதன் ஒவ்வொரு சொல்லையும் அதன் நேரடிப் பொருளில் மொழிபெயர்த்தால் என்ன நேரும் என்று யோசித்துப்பாருங்கள்.

ஒரு சொல் கேளீர்!

16

ஒலிகள் பிறக்குமிடம்

ஆங்கிலச் சொற்களை அப்படியே தமிழில் எழுதும்போது சில ஒலிகளைத் தமிழில் எழுதவே முடியாது. *Thanks*–ல் உள்ள *A* ஒலியைப் போல. சில ஒலிகளை வேறு வேறு விதங்களில் எழுதலாம். *Inch, Punch, Lunch* முதலான சொற்களில் உள்ள *N* ஒலியைப் போல. இவை இன்ச், பன்ச், லன்ச் எனவும் இஞ்ச், பஞ்ச், லஞ்ச் எனவும் எழுதப்படுகின்றன.

N என்னும் சொல் வருவதால் ன் என்னும் எழுத்தைப் பயன்படுத்த வேண்டும் எனச் சிலர் கருதுகிறார்கள். இதே தர்க்கம் *Ink, Pink* ஆகிய சொற்களுக்குப் பொருந்தாது. இங்கும் *N* உண்டு. ஆனால், அது ங் என்பதாக எழுதப்படுகிறது. *N* என்னும் ஒரே எழுத்து இரண்டு இடங்களில் இரண்டு விதங்களில் எழுதப்படுவதற்குப் பொருத்தமான காரணம் ஏதாவது உள்ளதா?

க, ச, ட, த, ப, ற ஆகிய வல்லின எழுத்துக்களுக்குப் பக்கத்தில் வரும் எழுத்தைக் குறித்துதான் இத்தகைய ஐயங்கள் வருகின்றன.

இந்தச் சொற்களைப் பாருங்கள்: இங்கு, பஞ்சு, கண்டு, பந்து, வம்பு, இன்று. இந்தச் சொற்களை உன்னிப்பாகக் கவனித்தால், க, ச, ட, த, ப, ற ஆகிய வல்லின எழுத்து ஒவ்வொன்றும் தனக்கு அடுத்து வரும் மெல்லின எழுத்தின் மெய்யெழுத்து வடிவத்தையே தனக்கு முன் ஏற்கிறது. வேறு மெல்லின எழுத்தை ஏற்பதில்லை (உ–ம்: பங்கு, தந்தம்). பங்து என்றோ, கம்கு என்றோ மன்சள் என்றோ வருவதில்லை. ஒரு வல்லினம் தனக்கு அருகில்

இல்லாத மெல்லின எழுத்தை ஏற்று அமையும் சொல் ஏதும் இல்லை. இதன் அடிப்படையில், மஞ்சள், தஞ்சம், பஞ்சு என்பன போன்று இஞ்ச், பஞ்ச் என எழுதுவதே பொருத்தமானதாகத் தோன்றுகிறது.

ங் – க –, ஞ் – ச, ந் – த முதலான இணைகள் உருவான விதத்தையும் கவனிக்க வேண்டும். இந்த இணைகளை உச்சரித்துப் பாருங்கள். ங, க ஆகிய இரண்டும் ஒரே இடத்திலிருந்து உருவாகின்றன. அதுபோலவே ஞ – ச, ண – ட, ந – த, ம – ப, ன – ற ஆகிய இணைகளின் ஒலிகளும் ஒரே இடத்திலிருந்து உருவாகின்றன. எனவே இவை இணைந்து வருகின்றன. எனவே ன் – ச ஆகியவற்றை இணைப்பதற்குப் பதிலாக ஞ் – ச ஆகியவற்றை இணைப்பதே தமிழ் ஒலிப் பண்புக்கு இயல்பானது.

எனவே, ங்க், ஞ்ச, ண்ட, ந்த, ம்ப, ன்ற ஆகிய இயல்பான இணைகளை அடியொற்றி இஞ்ச், பஞ்ச் என எழுதலாம்.

17

ஆச்சரியமும் அதிர்ஷ்டமும்

வடமொழிச் சொற்களான ஸூர்யன், வீர்யம், கார்யம் ஆகியவை சூரியன், வீரியம், காரியம் எனத் தமிழ் ஒலிப் பண்புக்கேற்ப எழுதப்படுவதைப் பார்த்தோம். ப்ரகாசம் என்பது பிரகாசமாகிறது. இதே அடிப்படையில் ப்ரச்ன என்பது பிரச்சினை என எழுதப்படுவதையும் பார்த்தோம்.

இதன்படியே ஆச்சர்யம் என்னும் சொல் ஆச்சரியம் என இயல்பாக மாறுகிறது. மூல மொழிக்கு அருகில் இருப்பதாக நினைத்துக்கொண்டு, ஆச்சர்யம் என எழுதுவது ஸூர்யன், ப்ரகாசம் என்றெல்லாம் எழுதுவதற்கு ஒப்பானது.

ஆனால், இதே அளவுகோல் எல்லாச் சொற்களுக்கும் பொருந்துவதில்லை. உதாரணமாக, அதிர்ஷ்டம் என்னும் சொல். அ–த்ருஷ்டம் என்பது அத்ருஷ்டம் ஆகிறது. த்ருஷ்ட என்பது த்ருஷ்டியோடு தொடர்புடைய சொல். பார்வை, காட்சி என இது பொருள்படும். எதன் காரணத்தை நம்மால் பார்க்க இயலாதோ அதுவே அ–த்ருஷ்டம் எனப்படுகிறது. அது நன்மையாக இருந்தால் அத்ருஷ்டம், தீமையாக அமைந்தால் துர்–அ–த்ருஷ்டம்.

த்ருஷ்டியைத் தமிழில் திருஷ்டி என்கிறோம். எனவே, த்ருஷ்ட என்பதை திருஷ்டம் என்று சொல்ல வேண்டும். இதன்படி, அத்ருஷ்டம் என்பதை அதிருஷ்டம் என்றுதான் சொல்ல வேண்டும். ஆனால், தமிழில் அதிர்ஷ்டம் என்று பரவலாக வழங்கப்பட்டு ஏற்றுக்கொள்ளவும் பட்டிருக்கிறது. இதற்குக் காரணம் என்ன?

வடமொழிச் சொல்லான அத்ருஷ்டம் என்பதைத் தமிழில் அதிர்ஷ்டம் என்று சொல்லிப் பழகியதுதான் இதற்குக் காரணம் எனத் தோன்றுகிறது. பிற மொழிகளிலிருந்து வரும் சொற்கள் எழுத்து வழியாக வரும்போது, அவற்றின் மூல வடிவிலேயே வரும். பேச்சு வழியாக வரும்போது ஒலித் திரிபு ஏற்பட வாய்ப்புள்ளது. த்ருஷ்டி என்பது கிட்டத்தட்ட அதே ஒலியுடன் பேச்சுத் தமிழில் வழங்கப்படுகிறது. அத்ருஷ்டம் என்பது பெரும்பாலான தமிழர்களின் பேச்சு வழக்கில் அதிர்ஷ்டம் எனவும் அதிஸ்டம் என்பதாகவும் மாறி ஒலிக்கிறது. இதை அடியொற்றியே எழுத்து வழக்கிலும் அதிர்ஷ்டம் என்பது நிலைபெற்றிருக்க வேண்டும்.

ஆச்சர்யம், அத்ருஷ்டம் ஆகிய இரண்டு சொற்களில் முன்னது தமிழின் ஒலிப் பண்புக்கு ஏற்ப ஆச்சரியம் என ஆகிறது. அதே அளவுகோல் சற்றே நெகிழ்ந்து அதிர்ஷ்டமாக மாற்றுகிறது. அத்ருஷ்டம் என்பது பேசப்படும் விதம்தான் இதற்கு முக்கியக் காரணமாக இருக்க முடியும். ஆச்சர்யம் என்பதை அப்படியே எழுத இதுபோன்ற காரணம் எதுவும் இல்லை.

பிற மொழிகளிலிருந்து வரும் புதிய சொற்கள் தொடர்பாக இத்தகைய சிக்கல்கள் எழலாம். ஆனால், வடமொழியிலிருந்து தமிழுக்கு வந்துள்ள சொற்கள் எதுவும் நமக்குப் புதிதல்ல. எனவே, அவற்றை எப்படி எழுதுவது என்பதை இன்னமும் தரப்படுத்தாமல் இருப்பதில் எந்த நியாயமும் இல்லை.

18

ரஜினியே சொல்லிவிட்டார்

தமிழில் எழுதும் முறையில் விசித்திரமான சில தவறுகள் சமீப காலத்தில் புகுந்துள்ளன. 'ழ' என்னும் எழுத்தைச் சரியாக உச்சரிக்க இயலாமல் 'ல' என்றோ 'ள' என்றோ உச்சரிப்பது பலருக்கு வழக்கம். பளம், களுவு, கிளிஞ்சிது என்றெல்லாம் சொல்வதைப் பார்த்திருப்போம். 'ழ' மட்டுமின்றி, 'ல', 'ள' வேறுபாடுகளும் பலரிடத்தில் அழிந்து விடுகின்றன.

மக்களிடையே புழங்கிவரும் பேச்சு வழக்கில் எத்தனையோ மாறுபட்ட வழக்குகளும் வண்ணங் களும் சில பிழைகளும் இருப்பது இயல்புதான். ஆனால், செய்தி வாசிப்பவர்கள், நிகழ்ச்சித் தொகுப்பாளர்கள் ஆகியோரிடத்திலும் உச்சரிப்புப் பிறழ்வுகள் இருப்பது ஏற்றுக் கொள்ளக்கூடியதல்ல. சற்று மெனக்கெட்டால் சரிசெய்துவிடக்கூடிய குறைபாடு இது.

இந்தச் சிக்கல் இப்போது புதிய வடிவம் எடுத்துள்ளது. 'ழ' என்னும் எழுத்தை 'ள' அல்லது 'ல' என உச்சரித்த நிலை மாறி, ள என்று வர வேண்டிய இடங்களில் 'ழ' எனச் சிலர் உச்சரிக் கிறார்கள். களிப்பு என்பதைக் கழிப்பு என்றும், ஒளிந்துகொள்ளுதல் என்பதை ஒழிந்துகொள்ளுதல் என்றும் உச்சரிக்கிறார்கள். பேச்சில் மட்டுமின்றி, எழுத்திலும் இது புகுந்துவிடுகிறது. பல உதாரணங்கள் அன்றாடம் கண்ணில் தட்டுப்படுகின்றன. சமீபத்தில், மறு வெளியீடு செய்யப்பட்ட 'பாட்ஷா' திரைப்படத்துக்கான விளம்பரத்தில் 'புதிய

பொழிவுடன்' என்னும் தொடர் இடம்பெற்றிருந்தது இதற்கொரு சான்று.

முன்பெல்லாம் ஒரு சொல் அல்லது தொடர் சரியா, தவறா என்பதை அறிய, குறிப்பிட்ட துறையில் விவரம் அறிந்த யாரையேனும் கேட்பது அல்லது அகராதிகளைப் பார்ப்பது என்னும் பழக்கம் இருந்தது. இப்போது எதற்கும் கூகுள் தேடுபொறியை நாடுகிறோம். ஏற்கெனவே இணையத்தில் இருக்கும் தரவுகளின் அடிப்படையில்தான் கூகுள் விடைகளை அளிக்கும். ஒளிந்துகொள்ளுதல் என்பதை ஒழிந்துகொள்ளுதல் என்று பலரும் எழுதிவந்தால், இந்தத் தரவுகள்தான் அதிகம் காணப்படும். பொலிவு, பொழிவு – எது சரி என்று கூகுளைக் கேட்டால், அது 'பாட்ஷா' பட விளம்பரத்தைக் காட்டக்கூடும் 'ரஜினியே சொல்லிவிட்டார்'என்று சிலர் அதையே சரி என்று நம்பவும்கூடும்.

முறையான, தரப்படுத்தப்பட்ட தமிழைக் காண்பதற்கான, நம்பகமான தரவுகள் குறைவாக இருப்பதுதான் இந்தச் சிக்கல்களுக்குக் காரணம். ஆங்கிலத்துக்குத் தரமான, நம்பகமான அகராதிகள், சரிபார்க்கும் தரவுகள் பல உள்ளன. தமிழில் அபிதான சிந்தாமணி, தமிழ் லெக்ஸிகன், தமிழ்ப் பல்கலைக்கழகம் வெளியிட்ட அகராதி, கழகத் தமிழ்க் கையகராதி, க்ரியாவின் தற்காலத் தமிழ் அகராதி போன்ற சில நம்பகமான நூல்கள் இதுபோன்ற ஐயங்களைத் தீர்த்துவைக்கும். இவற்றில் பெரும்பாலானவை இணையத்திலும் கிடைக்கின்றன.

தேடுபொறியில் ஒரு சொல்லை மட்டும் உள்ளிட்டால், பல விதமான தரவுகளையும் அது நம் முன் கொட்டும். எது நம்பகமானது என்பதை அது சொல்லாது. இணையத்தில் தேடும்போது, முறையான ஆதாரங்களை நாடிச் செல்ல வேண்டும். அல்லது தமிழை நன்கு அறிந்து, அதைக் கையாளும் எழுத்தாளர்களின் ஆக்கங்களைப் பார்த்துச் சரியான பயன்பாடுகளை அறிய வேண்டும். எழுதப்பட்டு, அச்சிடப்படுவ தெல்லாம் ஆதாரங்களாகிவிடாது என்பதைப் புரிந்துகொண்டு இதை அணுக வேண்டும்.

19

கேள்விக்குறிக்கு என்ன வேலை?

இந்த வாக்கியங்களைப் பாருங்கள்:

"எனக்குக் கிடைக்குமா?" என்று அவன் கேட்டான்.

தனக்குக் கிடைக்குமா என்று அவன் கேட்டான்.

முதல் உதாரணத்தில், ஒரு பேச்சு அது வெளி வந்த வடிவில் நேரடியாகப் பதிவுசெய்யப்பட்டுள்ளது. இரட்டை மேற்கோள் குறிகளும் கேள்வியின் முடிவில் கேள்விக்குறியும் உள்ளன. இது நேர்க் கூற்று.

இரண்டாவது வாக்கியம் அயல் கூற்று. கேள்வியானது அதை நமக்குச் சொல்பவரின் பார்வையில் மாறி, வேறு வடிவம் எடுக்கிறது. எனக்கு என்பது தனக்கு என்பதாக மயக்கம் கொள்வது இதனால்தான்.

"நீ வராதே" என்று அவன் என்னிடம் சொன்னான் என்பதை நாம் அயல் கூற்றாகச் சொன்னால், அவன் என்னை வராதே என்று சொன்னான் எனச் சொல்வோம். நேர்க் கூற்றுக்கும் அயல் கூற்றுக்கும் உள்ள வித்தியாசம் இது.

அயல் கூற்றில் மேற்கோள் குறிகள் தேவையில்லை. அதுபோலவே கேள்விக்குறியும் ஆச்சரியக்குறியும்கூடத் தேவையில்லை. ஆனால், ஒரு சிலர் அயல் கூற்றிலும் இவற்றைப் பயன்படுத்துகிறார்கள்.

உதாரணமாக, தனக்குக் கிடைக்குமா? என்று அவன் கேட்டான் – என எழுதுவதைக் காண முடிகிறது. இது தவறு. இங்கே கேள்விக்குறி தேவையில்லை.

"எவ்வளவு பழைய கட்டிடம் இது!" என்று என் தங்கை வியந்தாள்.

இதை அயல் கூற்றில் எழுதும்போது,

எவ்வளவு பழைய கட்டிடம் அது என்று என் தங்கை வியந்தாள்.

என்று எழுதினால் போதும்.

"உனக்குப் பழச்சாறு வேண்டுமா?" என்று அம்மா என்னைக் கேட்டார்.

எனக்குப் பழச்சாறு வேண்டுமா என்று அம்மா என்னைக் கேட்டார்.

இரண்டு உதாரணங்களிலும் தன்மை, முன்னிலை, படர்க்கை ஆகியவற்றில் ஏற்பட்டுள்ள மாற்றங்களைக் கவனித்திருப்பீர்கள். இவை எல்லாம் ஏட்டில் கற்றுத் தெரிந்துகொள்ள வேண்டியவை அல்ல. பேச்சில் இயல்பாகவே இப்படித்தான் அமைகின்றன. "நீயும் வர்றியா?" என்று ஒருவர் நம்மைக் கேட்டிருப்பார். அதை நாம் இன்னொருவரிடம் சொல்லும்போது, என்னையும் வர்றியான்னு கேட்டான் என்று சொல்வோம்.

முன்னிலைத் தன்மையாவது உரையாடலில் இயல்பாக நடக்கிறது. எனவே, பேசும் விதத்தை அடியொற்றியே தன்மை, முன்னிலை, படர்க்கை மாற்றங்களையும் அங்கு, இங்கு, அது, இது என்பன போன்ற மாற்றங்களையும் நேர் – அயல் கூற்றுகளில் நாம் எளிதாகக் கொண்டுவந்துவிடலாம்.

ஆனால், கேள்விக்குறி, மேற்கோள், ஆச்சரியக்குறி போன்றவை எழுத்துக்கே உரியவை. அயல் கூற்றில் இவற்றைத் தவிர்த்தே எழுத வேண்டும். உனக்கு என்ன வேண்டும்? என்று கேட்டான் என எழுதுவதில் பிழை இருப்பது மட்டுமல்ல, அது வாசிப்பின் சரளத்தன்மையையும் பாதிக்கிறது.

20

செய்வதா, செய்துகொள்வதா?

அன்றாடப் பயன்பாட்டு மொழியில் பல தவறுகள் கலந்துவிடுகின்றன. தொடர்ந்து பயன்படுத்தப்பட்டு, அவை நிலைபெற்றும் விடுகின்றன. புரிதல் என்னும் சொல் அத்தகையது. புரிந்துகொள் என்னும் வினைச்சொல்லை அடியொற்றி சமீப காலத்தில் உருவாக்கப்பட்ட பெயர்ச்சொல் இது. புரிதல் என்றால் செய்தல் என்று பொருள் (உ–ம்: பணிபுரிதல், குற்றம் புரிந்தவன் ...). *Understanding* என்பதற்கு இணையாகப் புரிந்து கொள்ளல், புரிந்துகொள்ளுதல், புரிந்துணர்வு ஆகிய சொற்கள் இருந்தும், யாரோ ஒருவர் புரிதல் என எழுதப்போக, சிறியதாகவும் எளிமையாகவும் இருப்பதால், பலரும் அதைப் பயன்படுத்தத் தொடங்கிவிட்டார்கள். பரவலான பயன்பாட்டால் அது நிலைபெற்றும்விட்டது.

ஒரு சொல், ஒரு குறிப்பிட்ட பின்புலத்தில் ஒரு குறிப்பிட்ட பொருளைக் கொடுக்கத் தொடங்கி விட்டால், அது வழக்கில் ஏற்றுக்கொள்ளப்பட்டு விடும். இப்படிப் பல சொற்களும் தொடர்களும் மாறியுள்ளன. கை கொடுத்தல் என்றால், உதவி செய்தல் எனப் பொருள். ஆனால், சென்னை வட்டார வழக்கில் கை கொடுத்தல் என்றால் கைவிடுதல் (துரோகம் செய்தல்) என்று பொருள் உண்டு. பல ஆண்டுகளாகப் புழக்கத்தில் உள்ள இந்தப் பொருளை நாம் புறந்தள்ள முடியாது. 'கை குட்த்துட்டா(ன்)' என்று சென்னைத் தமிழில் ஒருவர் சொன்னால், அவர் துரோகத்தைப் பற்றிப் பேசுகிறார் என்றே பொருள்கொள்ள வேண்டும்.

சொற்களும் தொடர்களும் உருமாறுவது வேறு, தவறாகப் பயன்படுத்தப்படுவது வேறு. இன்றைய எழுத்துத் தமிழில் அப்படிப் பல தவறான பயன்பாடுகள் புழங்கிவருகின்றன. திருமணம் செய்தார், தற்கொலை செய்தார் (இரண்டும் அடுத்தடுத்துத் தரப்படுவதில் எந்த உள்நோக்கமும் இல்லை) என்றெல்லாம் எழுதுகிறார்கள். திருமணம், தற்கொலை இரண்டையும் செய்துகொண்டார் என்றுதான் எழுத வேண்டும். கொலை செய்தார் என்பது சரி. தற்கொலை செய்தார் என்பது சரியல்ல.

கொலை என்பது ஒருவர் பிறருக்குச் செய்வது. உதவி செய்தார், கெடுதல் செய்தார் என்பனபோல. திருமணமும் தற்கொலையும் ஒருவர் தனக்குத்தானே செய்துகொள்வது. சொல்லிக்கொண்டார், உறுதி எடுத்துக்கொண்டார் என்பவைபோல. எனவே, திருமணம் செய்துகொண்டார், தற்கொலை செய்துகொண்டார் என எழுதுவதே சரி.

திருமணம் செய்தார் என்று தொடர்ந்து எழுதிவந்தால், அது நிலைபெற்றுவிடும். அதன் பிறகு அது ஏற்றுக்கொள்ளப்படத் தானே வேண்டும் என்று வாதிடுவதில் பொருளில்லை. மாறுபட்ட பொருள் என்பது சமூகப் பின்புலம், பண்பாடு, வாழ்வியல் தேவைகள், படைப்பூக்கம் முதலான காரணிகளால் உருவாவது. "இன்றைய மாடிக்கு ஏன் இத்தனை படிகள்?" என லா.ச. ராமாமிர்தம் ஓரிடத்தில் எழுதுகிறார்.

அது என்ன இன்றைய மாடி என்று கேட்க முடியாது. இன்றைய மனநிலையைச் சொல்லும் கவித்துவமான பயன்பாடு அது. ஆனால், தவறான பயன்பாடு என்பது வேறு. அதன் பின்னணியில் சமூக, பண்பாட்டு, படைப்புக் காரணங்கள் எதுவும் இருக்காது. சரியானது எது என்பதை அறியாமல், அதற்கு மெனக்கெடாமல் இருப்பதால் இது நிகழ்கிறது. போதிய கவனம் எடுத்துக்கொண்டு இவற்றைத் தவிர்ப்பதே நல்லது.

இப்போதெல்லாம் சிலர், ஞாபகம் என்பதை நியாபகம் என்று எழுதத் தலைப்படுகிறார்கள். வடமொழியில் இந்தச் சொல்லை ஞாபகம் என்று சொல்லிவிட முடியாது. (க்) ஞாபகம் என்பதாக அதன் உச்சரிப்பு இருக்கும். இந்த (க்)ஞா என்னும் எழுத்து, தமிழில் பெரும்பாலும் ஞா என்பதாகவே வழங்கப்பட்டுவருகிறது. நியாயம் என்பது ந்யாய என்னும் வடமொழிச் சொல்லின் தமிழ் வடிவம். 'ந்யா' என்பது 'நியா' எனத் தமிழ் ஒலிப்பண்புக்கு ஏற்ப மாறுகிறது. ஞாபகம் என்பது ஞானம் என்பது போன்ற சொல். நியாயம் என்பது தியாகம் (த்யாக) என்பது போன்ற சொல். இரண்டையும் குழப்பிக்கொள்ள வேண்டாம்.

21

தனி வினையா, துணை வினையா?

'இருக்கிறது' எனும் சொல் வெவ்வேறு பொருள்களில், வாக்கியங்களில் அமைவதைச் சென்ற இதழில் பார்த்தோம். வந்திருக்கிறான் என்பது வினைமுற்று எனக் குறிப்பிடப்பட்டிருந்தது. ஆனால், அந்தப் பத்தியில் தரப்பட்ட எடுத்துக்காட்டுகளில் இருக்கிறது என முடியும் அனைத்து வகை வாக்கியங்களுமே வினைமுற்றுகள்தான் எனத் தமிழ்ப் பேராசிரியர் ஒருவர் சுட்டிக் காட்டுகிறார். 'அது அங்கே இருக்கிறது' என்னும் வாக்கியத்தில் 'இருக்கிறது' என்பது தனி வினையாகவும் 'வந்திருக்கிறான்', 'செய்துகொண்டிருக்கிறார்' ஆகியவற்றில் துணை வினையாகவும் செயல்படுவதுதான் வேறுபாடு என அவர் தெளிவுபடுத்துகிறார். பெயர் குறிப்பிடப்படுவதை விரும்பாத அந்தப் பேராசிரியருக்கு நன்றி.

ஒரு சொல், தனி வினையாக வரும்போது பிரித்தும் அதே சொல் துணை வினையாக வரும்போது சேர்த்தும் எழுத வேண்டும். 'இருக்கிறது' என்னும் சொல் சில இடங்களில் சேர்ந்தும் சில இடங்களில் பிரித்தும் எழுதப்படுவதற்கு இதுதான் காரணம்.

மேலும், சில சொற்களும் குழப்பத்தை ஏற்படுத்தக்கூடியவை. கையை விடு, வந்துவிடு, ஆகியவற்றில் முதலில் வரும் விடு தனி வினையாக இருக்கிறது. இரண்டாவதாக வரும் விடு, இன்னொரு வினைக்குத் துணையாக அமைகிறது. துணையாக

அமையும்போது அது தனது வழக்கமான பொருளில் அல்லாமல் மாறுபட்ட பொருளில் பயன்படுத்தப்படுகிறது. எனவே, அதைச் சேர்த்து எழுத வேண்டும். பிரித்தால், தனி வினைக்கான பொருளைத் தந்து குழப்பம் ஏற்படுத்தும்.

இந்த வாக்கியங்களைப் பாருங்கள்:

அவர் ஆவடியிலிருந்து வருகிறார்.

அவர் ஆவடியில் பத்து ஆண்டுகளாக வசித்துவருகிறார்.

முதல் வாக்கியத்தில் வருகிறார் என்பது வருதல் என்னும் வினையைக் குறிக்கப் பயன்படும் தனி வினை. எனவே பிரித்து எழுதப்படுகிறது. அடுத்த வாக்கியத்தில் தொடர்நிகழ்வைக் குறிக்கும் துணை வினை. எனவே சேர்த்து எழுத வேண்டும்.

ஒரு சொல் தனிப் பொருளைத் தரும் தனி வினையாக வந்தால் பிரித்து எழுத வேண்டும். துணை வினையாக வந்தால் சொற்களைச் சேர்த்து எழுத வேண்டும். இந்த விதியை நினைவில் வைத்துக்கொண்டால், எங்கே பிரித்து எழுதுவது, எங்கே சேர்த்து எழுதுவது என்பதில் குழப்பமே வராது.

சென்ற வாரம் எழுப்பப்பட்ட கேள்வியைப் பார்க்கலாம்.

வந்து இருந்தான் என எழுதினாலும் வந்திருந்தான் எனப் புரிகிறதே, அப்படியிருக்க இதற்கு ஏன் இவ்வளவு மெனக்கெட வேண்டும் என்னும் கேள்வி எழலாம். பழக்கத்தின் காரணமாகவும் பின்புலத்தை அறிந்திருப்பதாலும் நாம் தவறான பயன்பாடுகளைச் சரியான பொருளில் எடுத்துக்கொள்கிறோம். ஆனால், தமிழைப் புதிதாகக் கற்பவருக்கு இதுபோன்ற பயன்பாடுகள் கண்டிப்பாகக் குழப்பம் தரும். எப்படியும் புரிந்துகொள்கிறோம் என்பதை வைத்துக்கொண்டு, இதுபோன்ற தவறான பயன்பாடுகளை நியாயப்படுத்த இயலாது.

ஒரு சொல் கேளீர்!

22

எழுத்தைக் கண்டு ஏமாற வேண்டாம்

பிற மொழிகளிலிருந்து புதிதாக வரும் சொற்களை எப்படி எழுதுவது என்பது குறித்து யோசிக்கும்போது, மூல மொழியில் அச்சொல்லின் உச்சரிப்பு, இலக்கு மொழியின் ஒலிப் பண்பு, மக்களிடையே புழங்கும் பேச்சு வழக்கு, எழுத்து வடிவின் சாத்தியங்களும் எல்லைகளும், பல மொழி அறிந்த முன்னோடிகள் வகுத்துக் கொடுத்த பாதை ஆகியவற்றை அடியொற்றிச் செயல்பட வேண்டும். பன்மொழிகளை அறிந்த பாரதியாரைப் போன்ற பலர் தமிழ் எழுத்து மொழி குறித்த விழிப்புணர்வுடனும் கவனத்துடனும் செயலாற்றியிருக்கிறார்கள். அவர்களுடைய எழுத்தை முன்னுதாரணமாகக் கொண்டு புதிய சொற்களை எழுதும் விதத்தை முடிவுசெய்யலாம்.

இந்தியாவுக்கு வெளியிலிருந்து நமக்கு வரும் புதிய சொற்கள் யாவும் ஆங்கிலச் சொற்கள் அல்ல. ஆனால், பெருமளவில் ஆங்கிலம் வழியாகவே, கி, ஙி, சி என்பதான ரோமன் வரிவடிவின் *(Roman Script)* எழுத்துக்கள் மூலம் அவை நம்மை அடைகின்றன. ஆங்கிலச் சொற்களைப் படிக்கும் விதத்திலேயே இவற்றைப் படித்தால் பெரும்பாலும் தவறாகத்தான் இருக்கும். பெரும்பாலும் பெயர்ச் சொற்களே இதுபோல வரும். உதாரணமாக, *Francois Truffaut* என்னும் பிரெஞ்சு மொழிப் பெயரை உச்சரிக்க வேண்டிய விதம், ஃப்ரான்ஸ்வா த்ரூஃபோ. இந்தப் பெயரை ஆங்கிலமாக நினைத்துப் படித்தால்

எப்படி இருக்கும் என்று நீங்களே பார்த்துக்கொள்ளுங்கள். தமிழில் பரவலாக வாசிப்பவர்களுக்கு பூர்ஷ்வா என்னும் சொல் அறிமுகமாகியிருக்கும். பிரெஞ்சுச் சொல்லான இதை அம்மொழியில் Bourgeois என எழுதுவார்கள். பூர்ஷ்வா என்னும் சொல்லையும் அதன் பொருளையும் தமிழ் மூலமாக மட்டுமே அறிந்தவர்கள் Bourgeois என்னும் சொல்லைப் படிக்கத் திணறக்கூடும்.

தென்னாப்பிரிக்க கிரிக்கெட் அணியின் முன்னாள் தலைவர் Hansie Cronjeவின் பெயரைத் தமிழ் இதழ்கள் குரோஞ்ச், குரோஞ்சி என்று வெவ்வேறு விதங்களில் எழுதிக் கொண்டிருக்கின்றன. இணையத்தில் தேடியிருந்தாலோ, தென்னாப்பிரிக்க வர்ணனையாளர்களின் குரலை ஒரு கணம் கூர்ந்து கேட்டிருந்தாலோ அவர் பெயரை ஹன்ஸி க்ரோன்யே என உச்சரிக்க வேண்டும் என்பதைத் தெரிந்துகொண்டிருக்கலாம். பலர் இதற்காக மெனக்கெடுவதில்லை என்பதுதான் பிரச்சினை.

இதுபோன்ற சொற்களை ஆங்கிலச் சொல்லாகக் கருதிவிடக் கூடாது என்பது அடிப்படை விதி. அது எந்த மொழிச் சொல் என்பதை அறிந்து, அந்த மொழியில் அவ்வார்த்தை எப்படி உச்சரிக்கப்படுகிறது என்பதை அம்மொழி அறிந்தவர்களிடம் கேட்டுத் தெரிந்துகொள்ளலாம். அல்லது இணையத்தை நாடலாம். ஒரு சொல்லை கூகுள் தேடுபொறியில் உள்ளிட்டுத் தேடினால் அச்சொல்லின் பொருளுடன் அதன் உச்சரிப்பும் கொடுக்கப்படுகிறது. வரி வடிவிலும் ஒலி வடிவிலும் உச்சரிப்பு வழங்கப்படுகிறது. அப்படிக் கிடைக்காவிட்டால் How to pronounce Bourgeois எனத் தேடினால், அதற்கான ஒலி இணைப்பு கிடைத்துவிடும். அறிவதற்கு ஆயிரம் வழிகள் இருக்கின்றன. ஆனால், ஐயமோ கேள்வியோ எழாவிட்டால் எந்த வழியும் திறக்காது.

பகுதி II
பிழையற்ற மொழி பிசிரற்ற நடை

1

பிழையின்மையைத் தேடி...

மொழி மனிதர்களிடையேயான தொடர்புக்கு முக்கியமான ஆதாரம். மொழியின் வழியாகத் தான் செய்திகளையும் சிந்தனைகளையும் பரிமாறிக் கொள்கிறோம். எனவே, மொழியும் அந்த மொழியை முறையாகக் கையாள்வதும் மிகவும் அவசியம்.

தனிநபர்கள் மட்டுமின்றி, ஊடகங்களிலும் மொழியைக் கையாள்வதில் பல வித்தியாசங்கள் உள்ளன. சில அம்சங்கள் மாறுபடலாம். ஆனால், அடிப்படையான அம்சங்களில் மொழியின் ஆகிவந்த முறைமைகளையே அனைவரும் கடைப்பிடிக்க வேண்டும். ஒரு மொழியின் அடிப்படைத் தன்மை களை ஒவ்வொருவரும் தன் விருப்பம்போல மாற்றிக் கொள்ளமுடியாது.

தமிழ் போன்ற தொன்மையான ஒரு மொழி யின் முறையான அடிப்படைகளைத் தன் விருப்பப்படி மாற்றிக்கொள்ள யாருக்கும் உரிமை கிடையாது. நடைமுறைக்கு ஒவ்வாத ஒரு சில விஷயங்களை மாற்றி அமைத்துக்கொள்ளலாம். ஆனால், முறையான அடிப்படைகளைக் கற்று, அதனைப் பின்பற்றுவதே சரியானது.

தமிழ் இலக்கணமும் சொற்களைப் பயன் படுத்தும் விதமும் தர்க்க ரீதியானவை. மொழிப் பயன்பாடு சார்ந்து எந்தப் பிரச்சினை என்றாலும் அதற்குத் தமிழில் தெளிவான விளக்கங்கள் இருக்கும். அதற்குரிய காரணமும் இருக்கும்.

உதாரணமாக, "இதோ வந்துவிட்டேன்" என்று சொல்லுவோம். இன்னும் வரவில்லை, ஆனால், மிக விரைவில் வந்துவிடுவோம் என்பதுதான் இதற்குப் பொருள்.

வந்துவிட்டேன் என்பது கடந்த காலத்தைக் குறிக்கும் சொல். ஆனால், அதை எதிர்காலத்தைக் குறிக்கப் பயன்படுத்துகிறோம். உடனடியாக வந்துவிடுவோம் என்பதைக் குறிக்கவே இத்தகைய பயன்பாடு. சொல்பவரின் மனதில் இருக்கும் அவசர உணர்வு இதன் மூலம் கடத்தப்படுகிறது. ஆனால், கடந்த காலத்தைக் குறிக்கும் ஒரு சொல்லை எதிர்காலத்தைக் குறிக்க எப்படிச் சொல்லலாம்.

கால வழுவமைதி என்று இதற்குப் பெயர் வைத்திருக்கிறார்கள். கால வழு என்றாலும் அதற்கொரு சமாதானம் (அமைதி – சமாதானம்) கூறி ஏற்றுக்கொள்வதால் இது கால வழுவமைதி ஆகிறது.

தமிழ் இலக்கணம் கடல் போன்றது. எல்லாவற்றையும் உரிய காரணங்களோடு வகுத்து வைத்திருக்கிறது. மேலே காணப்படுவது ஓர் உதாரணம் மட்டுமே. இந்த விதிகளை அறிந்து, முறையாகக் கடைப்பிடிக்க வேண்டிய கடமை மொழியின் மீது அக்கறை உள்ளவர்களுக்கு இருக்கிறது.

ஒரு சில அளவுகோல்கள் அனைவருக்கும் பொதுவானது. உதாரணமாக, ஒருமை, பன்மை விஷயத்தில் யாரும் எந்தச் சலுகையையும் எடுத்துக்கொள்ள முடியாது. *அவன் வந்தான்* என்றும் *அவர்கள் வந்தார்கள்* என்றும்தான் எழுத வேண்டும். *அவர்கள் வந்தான்* என்று எழுதவே முடியாது. அப்படி எழுதவும் கூடாது.

அதே போல, பால் வேற்றுமை. *அவள் சிரித்தான், அது நடந்தான், அவன் ஓடினாள்* என்றெல்லாம் எழுத முடியாது.

அறியாமையாலும் அலட்சியத்தினாலும் பல விதிகள் காற்றில் பறக்க விடப்படுகின்றன. இதனால் மொழிச் சிதைவு ஏற்படுவதுடன் புரிந்துகொள்வதிலும் குழப்பம் ஏற்படுகிறது.

தமிழ் மொழியின் தவிர்க்கக் கூடாத சில விதிகளையும் பிழையற்ற தமிழ் நடைக்குத் தேவையான பொதுவான சில கூறுகளையும் விரிவாகக் காண்போம்.

2

மொழியில் இருக்க வேண்டிய நெகிழ்வு

அன்றாடம் நாம் பயன்படுத்தும் மொழியில் இலக்கணத்தை இறுக்கமாகப் பின்பற்ற வேண்டுமா?

அவசியம் இல்லை. இலக்கணத்தின் சில விதிகளை அப்படியே கடைப்பிடித்தால் எளிய வாசிப்புக்கு அது சற்றே இடையூறாக இருக்கலாம். குறிப்பாக, வெகுமக்கள் வாசிப்பில் அது இடறல்களை ஏற்படுத்தலாம். எனவே, நடைமுறை சார்ந்த நெகிழ்ச்சி தேவை. உதாரணமாக,

அவர்தான் ஆசிரியர்

அவர்கள்தாம் அணியின் உறுப்பினர்கள்

ஒருமைக்குத் (அவர்) 'தான்' என்று போடுவதுபோல, பன்மைக்குத் (அவர்கள்) தாம் என்று போட வேண்டும். ஆனால், அவர்கள்தாம் என்பது நடைமுறை வழக்கில் அவ்வளவாக இல்லை. ஆனால் புலமை வழக்கில் உள்ளது. வெகுஜன ஊடகங்களில் 'அவர்கள்தாம்' என்று எழுதினால் சாதாரண வாசகரை அது அந்நியப்படுத்திவிடலாம். எனவே, பெரும்பாலான ஊடகங்கள் எளிமை கருதி அவர்கள்தான் என்றே எழுதுகின்றன.

அதேபோல, உயிரெழுத்தில் தொடங்கும் பெயர்ச்சொற்களுக்கு முன்னால் ஒரு என்று வரக் கூடாது, ஓர் என்று எழுததான் வேண்டும் என்ற பொதுவான கருத்து உள்ளது. ஆனால், அப்படியேதும் விதி கிடையாது; ஒரு ஓர் ஆகியவற்றை ஆங்கிலத்தில் *a, an* என்பதைப் போலக் கருதியதால் வந்த முறை

இது. எனினும் உயிரெழுத்துகளில் தொடங்கும் சொற்களுக்கு முன் ஓர் என எழுதும் பழக்கம் பரவலாக உள்ளது.

ஓர் ஆண்டு, ஓர் இடம், ஓர் உண்மை...

இவ்வாறு எழுதினால் அது சற்றே இறுக்கமான நடையாக மாறிவிடுகிறது. ஒரு ஆண்டு, ஒரு இடம், ஒரு உண்மை என எழுதினால் இறுக்கம் சற்றுத் தளர்கிறது. இதனால் பொருள் குழப்பமும் வருவதில்லை. மக்களின் பேச்சு வழக்கில் "ஒரு இடம் கிடைக்குமா?", "ஒரு உண்மை சொல்லட்டுமா?" என்றெல்லாம் உரையாடுவதே இயல்பாக இருக்கிறது.

வெகுஜன வாசகர்களுக்கான ஊடகத்தைப் பொறுத்தவரை எளிமைதான் முக்கியம். எனவே நெகிழ்வான முறையில் ஒரு ஆண்டு, ஒரு இடம் என்றே எழுதலாம்.

அப்படியே ஓர் பயன்படுத்த வேண்டும் என நினைத்தால் ஓராண்டு, ஓரிடம், ஈராயிரம் எனச் சேர்த்து எழுதுவதே பொருத்த மானது.

ஓராறு முகமும் ஈராறு கரமும், ஓராயிரம் பார்வையிலே ஆகிய பாடல்களில் இது பயன்படுத்தப்பட்டிருக்கும் விதத்தைப் பார்த்தால் ஓர் என்பது எப்படி இயல்பாக உள்வாங்கப்படுகிறது என்பதைப் புரிந்துகொள்ளலாம்.

ஓர் என்பதைத் தவிர்த்தால் இலக்கணப் பிழையோ, மொழிச் சிதைவோ ஏற்பட்டுவிடுமோ என அஞ்ச வேண்டியதில்லை. அதைத் தவிர்த்தால் பொருள் குழப்பம் ஏற்படுமோ என்றும் கவலைப்பட வேண்டியதில்லை. எனவே ஓர் என்பதைக் கூடியவரை தவிர்க்கலாம்.

என்றாலும், ஒரு சில விதிகளை அப்படி அலட்சியப்படுத்திவிட முடியாது. அவ்வாறு செய்வது பிழையானது. அது பொருள் குழப்பத்தை ஏற்படுத்தும். மொழியையும் சிதைக்கும்.

அப்படிப்பட்ட விதிகளில் சிலவற்றைப் பார்ப்போம்.

3

ஒருமை – பன்மை மயக்கம் எப்படி ஏற்படுகிறது?

ஒருமை பன்மை சார்ந்து பல தவறுகள் நேர்ந்துவிடுவதைப் பார்க்க முடிகிறது. பலரும் இதில் கோட்டைவிடுகிறார்கள். ஒருமை பன்மை விதிகளை மீறவே கூடாது. ஒருமை – பன்மை மயக்கமின்றி முறையான அடிப்படைகளைப் பயன்படுத்திப் பிழையின்றி எழுதுவது எப்படி என்று பார்க்கலாம்.

எழுவாய் ஒருமையாக இருந்தால் அதற்கான பயனிலை அல்லது வினைமுற்றிலும் ஒருமை வர வேண்டும்.

அவன் வீட்டுக்கு வருகிறான்.

மிட்டாய் கடையில் கிடைக்கிறது.

இந்த இரு வாக்கியங்களிலும் அவன், மிட்டாய் ஆகிய எழுவாய்ச் சொற்கள் ஒருமை. எனவே வருகிறான், கிடைக்கிறது என்று வினைமுற்றுகளிலும் ஒருமை உள்ளது.

அவர்கள் விரைந்து வருகிறார்கள்

நிவாரணப் பொருள்கள் மக்களுக்கு வழங்கப்படுகின்றன

இந்த வாக்கியங்களில் அவர்கள், நிவாரணப் பொருள்கள் ஆகிய எழுவாய்ச் சொற்கள் பன்மை. எனவே வருகிறார்கள், வழங்கப்படுகின்றன என்று வினைமுற்றுகளிலும் பன்மை உள்ளது.

பொருள்கள் வழங்கப்படுகிறது என்று எழுதினால் அது பிழை. இதுதான் ஒருமை – பன்மை மயக்கம்.

ஒருமை – பன்மை எல்லோருக்கும் தெரிந்ததுதான். ஆனாலும் ஏன் இதில் தவறு வருகிறது?

ஒரு வாக்கியத்தில் ஒன்றுக்கும் மேற்பட்ட பெயர்ச் சொற்கள் இடம்பெறும்போது இந்த மயக்கம் ஏற்படக்கூடும். எடுத்துக்காட்டு:

விஷக் காய்ச்சல் நாகை, கடலூர் ஆகிய மாவட்டங்களில் இருக்கும் மக்களிடையே பரவிவருகிறது.

மாவட்டங்கள், மக்கள், விஷக் காய்ச்சல் ஆகிய அனைத்துமே பெயர்ச் சொற்கள்தான். இவற்றில் முதல் இரு சொற்கள் பன்மை. விஷக் காய்ச்சல் என்பது ஒருமை. எனவே, பரவுதல் என்னும் வினைமுற்றுக்கு ஒருமையைப் பயன்படுத்துவதா, பன்மையைப் பயன்படுத்துவதா என்னும் குழப்பம் ஏற்படலாம்.

எத்தனை பெயர்ச் சொற்கள் இருந்தாலும் எழுவாய் என்பது ஒன்றுதான். அதாவது, குறிப்பிட்ட வினையைச் செய்வது யார் அல்லது எது என்பதுதான் எழுவாய். இங்கே பரவுவது எது? மாவட்டங்களா, மக்களா, காய்ச்சலா?

காய்ச்சல் என்பது தெளிவாகத் தெரிகிறது. இது ஒருமை. எனவே வினைமுற்றிலும் ஒருமையைப் பயன்படுத்த வேண்டும்.

எந்த வாக்கியமாக இருந்தாலும் அதில் உள்ள செயலைச் (வினையை) செய்வது யார் அல்லது எது என்று பார்க்க வேண்டும். கொடுக்கப்படுகிறது / கொடுக்கப்படுகிறார் என்று வந்தால் எதற்கு / யாருக்கு என்பதைப் பார்க்க வேண்டும். அது ஒருமையா, பன்மையா எனப் பார்க்க வேண்டும். அதற்கேற்ப வினைமுற்றில் ஒருமை அல்லது பன்மையைப் பயன்படுத்த வேண்டும்.

திட்டங்கள் தீட்டப்படுகின்றன

விமானம் தரையிறங்குகிறது

கப்பல்கள் கிளம்புகின்றன

மாணவர்கள் பந்தை விரட்டுகிறார்கள்

ஆசிரியர் அனிதாவையும் முருகனையும் அழைத்தார் (அழைத்தல் என்னும் வினையைச் செய்பவர் ஆசிரியர். இது ஒருமைச் சொல். எனவே வினைமுற்றில் அழைத்தார் என வருகிறது.)

புதிய சாலைத் திட்டத்தைப் பிரதமரும் முதல்வரும் தொடங்கிவைத்தார்கள் (தொடங்கிவைப்பது என்னும் வினையைச் செய்வது இருவர். இருவர் பன்மை. எனவே வினைமுற்றில் பன்மை பயன்படுத்தப்படுகிறது.)

மைதானம் மாணவர்களால் சுத்தம்செய்யப்பட்டது (இங்கு எழுவாய் மாணவர்கள் அல்ல. மைதானம். அது ஒருமை. எனவே வினைமுற்றிலும் ஒருமை வந்தால்தான் வாக்கியம் பிழையின்றி நிறைவுபெறும்).

மேலே கண்டுள்ள எடுத்துக்காட்டுகளைக் கவனமாகப் பார்க்கும்போது ஒருமை – பன்மை பயன்பாட்டின் முக்கியமான சில வகைகளை அறிந்துகொள்ள இயலும்.

4

ஒருமை – பன்மை: மேலும் சில விதிகள்

ஒருமை – பன்மை சார்ந்த சில முக்கியமான விதிகள் உள்ளன. அவற்றைப் பார்ப்போம்.

ஒவ்வொரு என்று வந்தால் அதன்பிறகு ஒருமைதான் வர வேண்டும்.

எடுத்துக்காட்டு:

ஒவ்வொரு மாணவரும், ஒவ்வொரு மாநிலத்திலும், ஒவ்வொரு நாளும் – சரி.

ஒவ்வொரு நூல்களும் ... – தவறு.

எல்லா என்று வந்தால் பன்மை வர வேண்டும்.

எடுத்துக்காட்டு:

எல்லா உறுப்பினர்களும், எல்லா வீடுகளுக்கும், எல்லா அரசியல்வாதிகளையும் – சரி

எல்லா உண்மையும், எல்லா நாட்டிலும், எல்லாப் பிரதமரும் – தவறு

எந்த என்று வந்தால் அதன் பிறகு ஒருமை வர வேண்டும்

எடுத்துக்காட்டு: எந்தக் குழந்தையும் நல்ல குழந்தைதான்

பிழை ஏற்படும் இடங்கள்

உள்ளது, இருக்கிறது என்னும் சொற்களின் ஒருமை – பன்மை வடிவங்கள் சில சமயங்களில் சரியாகப் பயன்படுத்தப்படுவதில்லை.

நிறையப் பிரச்சினைகள் உள்ளது.

அங்கு கிழிந்த துணிகள் குவிந்திருக்கிறது.

இரண்டு உதாரணங்களிலுமே உள்ளன, இருக்கின்றன எனப் பன்மை பயன்படுத்தப்பட வேண்டும். பிரச்சினைகள், துணிகள் ஆகியவை பன்மை என்பதைக் கவனியுங்கள்.

புத்தகம், மேசை இரண்டும் அங்கே உள்ளது.

இந்த உதாரணத்தில் ஒரே பொருளின் பன்மை இல்லை. அதாவது, புத்தகங்கள், மேசைகள் என இல்லை. ஆனால், புத்தகம், மேசை இரண்டும் என்று சொல்லும்போது பன்மை வந்துவிடுகிறது. எனவே, உள்ளன அல்லது இருக்கின்றன என்றுதான் எழுத வேண்டும்.

புத்தகம், மேசை ஆகியவை அங்கே உள்ளன.

என்னும் எடுத்துக்காட்டையும் கவனத்தில் கொள்ளலாம்.

நினைவில் கொள்க:

ஒரு வாக்கியத்தின் வினையானது யாருக்கு / எதற்குப் பொருந்துகிறதோ அதைப் பொறுத்து ஒருமை / பன்மை தீர்மானிக்கப்பட வேண்டும்.

5

இது யாருடைய செய்வினை?

ஒருமை – பன்மையைக் காட்டிலும் செய்வினை– செயப்பாட்டு வினைக் குழப்பத்தைத் தவிர்க்க வேண்டியது முக்கியமானது என்றுதான் சொல்ல வேண்டும். ஏனென்றால் இதனால் பொருள் குழப்பம் அதிகம் ஏற்படும்.

    அவர் படம் வரைந்தார்

    படம் அவரால் வரையப்பட்டது

இத்தகைய சிறிய வாக்கியங்களில் செய்வினை, செயப்பாட்டு வினைக் குழப்பங்கள் வருவதில்லை. ஆனால், நீளமான வாக்கியங்களில் குழப்பம் ஏற்படுகிறது.

எடுத்துக்காட்டாக,

    குற்றம்சாட்டப்பட்டவர்களைப் பொதுமக்கள் அளித்த புகாரின் அடிப்படையில் கைதுசெய்யப் பட்டார்கள்

என்று சிலர் எழுதுகிறார்கள். வாக்கியம் எப்படித் தொடங்கப்படுகிறதோ அதற்கேற்பவே அது முடிக்கப்பட வேண்டும்.

குற்றம்சாட்டப்பட்டவர்களை என்று எழுதினால் கைதுசெய்தார் அல்லது கைதுசெய்தார்கள் என்று செய்வினையில்தான் எழுத வேண்டும்.

குற்றம்சாட்டப்பட்டவர்கள் என்று வாக்கியத்தைத் தொடங்கினால் கைதுசெய்யப் பட்டார்கள் என்று செயப்பாட்டு வினையில்தான் வாக்கியத்தை முடிக்க வேண்டும்.

இங்கும் எழுவாய்தான் முக்கியம்.

மேலும் ஒரு எடுத்துக்காட்டைப் பாருங்கள்.

அவனைத் தாக்கினார்கள், அவன் தாக்கப்பட்டான் –

அவன் அல்லது *அவனை* என்ற எழுவாயை வைத்து செய்வினை / செயப்பாட்டு வினை முடிவு செய்யப்படுகிறது.

சிறிய வாக்கியங்களாக இருந்தால் அது எளிதாகப் புரிந்து விடும். பெரிய வாக்கியங்களில் சில நேரம் குழப்பம் உண்டாகும். அப்போது யார் அல்லது யாரை என்பதைக் கவனித்தால் பிரச்சினை வராது. எனவே பெரிய வாக்கியங்களில் கூடுதல் கவனம் எடுத்துக்கொள்ள வேண்டும்.

செயப்பாட்டு வினை ஆங்கிலத்தில் இயல்பாகப் புழங்கும். ஆனால், தமிழில் அத்தனை இயல்பாகப் புழங்காது.

He is told, I am informed, it has been learnt that…, 10 people have reportedly gone missing…

இதுபோன்ற செயப்பாட்டு வினைப் பயன்பாடுகளை ஆங்கிலத்தில் அதிகம் காணலாம். Unearthed, Exposed, captured, reportedly, allegedly என்று பல இடங்களிலும் செயப்பாட்டு வினையின் பயன்பாடுகள் உள்ளன.

தமிழுக்கு இது அவ்வளவு இயல்பானது அல்ல.

நான் சொல்லப்பட்டேன்

அவருக்குத் தெரிவிக்கப்பட்டது

அது அறியப்பட்டபடி

– என்றெல்லாம் எழுதுவது இயல்பான தமிழ் நடை அல்ல. எனவே இத்தகைய நடையைக் கூடியவரை தவிர்க்கலாம்.

மேலாளர் என்னிடம் சொன்னார்

அவரிடம் தெரிவித்தார்

என்று தெரியவந்தது

– என்று எழுதலாம்.

அம்பலப்படுத்தப்பட்டது, கண்டுபிடிக்கப்பட்டது, கைப்பற்றப்பட்டது ஆகிய சொற்களில் எந்தப் பிழையும் இல்லை. ஆனால், அம்பலப்படுத்தினார், கைப்பற்றினார்கள், கண்டுபிடிப்பு என்று எழுதுவது, தமிழின் இயல்புக்கு நெருக்கமாகப் பொருந்திவரும்.

சில இடங்களில் செயப்பாட்டு வினை பொருத்தமாகவும் இயல்பாகவும் இருக்கும் அத்தகைய இடங்களில் தேவைக்கேற்ப மொழியைப் பயன்படுத்தலாம்.

எடுத்துக்காட்டு:

நீதிமன்ற உத்தரவு மாவட்ட ஆட்சியருக்குத் தெரிவிக்கப்பட்டு இரண்டு நாட்கள் ஆகின்றன

வெள்ள எச்சரிக்கை விடுக்கப்பட்டும் மக்கள் அந்த இடத்தை விட்டு நகராமல் இருந்தார்கள்.

6

சொன்னது சொன்னபடி

ஊடகங்களில் செய்திகளைத் தரும்போது யாரேனும் கூறியதையோ அல்லது அறிக்கையில் தெரிவித்ததையோ வைத்துச் செய்தியை எழுதுகிறார்கள். சொன்னதைச் சொன்னபடியே தருவது நேர்க் கூற்று. அதை நம் வார்த்தைகளில் மாற்றித் தருவது அயல் கூற்று.

நேர்க் கூற்று *(Direct speech):*

"நான் 20ஆம் தேதி திரும்பி வருவேன், அதுவரை இந்தப் புகார்க் கடிதங்களைப் பிரிக்க வேண்டாம்" என்று கட்சித் தலைவர் கூறினார்.

அயல் கூற்று *(Indirect speech):*

தான் 20ஆம் தேதி திரும்பி வருவதாகவும் அதுவரை எந்தக் கூட்டமும் நடத்த வேண்டாம் என்றும் கட்சித் தலைவர் கூறினார்.

நேர்க் கூற்று, அயல் கூற்றுக்கான இலக்கணத்தில் பல கூறுகள் உள்ளன. அவற்றை முழுமையாக இங்கே தர இயலாது. எனவே முக்கியமான கூறுகளை மட்டும் பார்ப்போம்.

ஒருவர் சொன்னதைச் சொன்னபடி எழுதும் போது இரட்டை மேற்கோள்குறிக்குள் தர வேண்டும்.

ஒருவர் சொன்னதை உள்வாங்கி நாம் சொல்வதாக எழுதும்போது *இரட்டை மேற்கோள்* தேவையில்லை.

ஒரு சொல் கேளீர்!

"இது அபாயகரமான போக்கு" என்றார் அவர் – இது நேர்க் கூற்று.

இது அபாயகரமான போக்கு என்றார் அவர் என்று எழுதினாலும் தவறு இல்லை. **ஒற்றை வாக்கியத்தை** அப்படியே எழுதும்போது மேற்கோள் இல்லாமல் தந்தாலும் குழப்பம் எதுவும் வராது. ஒன்றுக்கு மேற்பட்ட வாக்கியங்களை நேர்க் கூற்றாக எழுதும்போது மேற்கோள் குறிகள் தேவை. இல்லையென்றால் எது அவர் சொன்னது, எது நீங்கள் சொல்வது என்னும் குழப்பம் ஏற்படும்.

எடுத்துக்காட்டு:

"இது அபாயகரமான போக்கு. எங்கள் நிறுவனம் ஒருபோதும் இதை அனுமதிக்காது. நீதிமன்றத்தில் வழக்குத் தொடருவோம்" என்றார் அவர்.

இந்தக் கூற்றில் மூன்று வாக்கியங்கள் உள்ளன. மேற்கோள் அடைப்பிற்குள் இருக்கும்போது இவை அனைத்தும் அவருடைய கருத்துகள் என்பது தெளிவாகிறது. மேற்கோள் இல்லையென்றால் இந்த மூன்று வாக்கியங்களையும் சொன்னது யார் என்னும் குழப்பம் ஏற்படும்.

இதை அயல் கூற்றில் இப்படி எழுதலாம்:

இது அபாயகரமான போக்கு என்றும், தங்கள் நிறுவனம் ஒருபோதும் இதை அனுமதிக்காது என்றும், நீதிமன்றத்தில் வழக்குத் தொடருவோம் என்றும் அவர் கூறினார்.

இது சரியான வாக்கியம்தான் என்றாலும், வாக்கியம் நீளமாக இருக்கிறது. ஒரே வாக்கியத்தில் மூன்று முறை *'என்றும்'* என்னும் சொல் வந்துள்ளது. இது படிப்பவர்களுக்குச் சலிப்பை ஏற்படுத்தும்.

மேற்கண்ட வாக்கியத்தை அயல் கூற்றில் இப்படி எழுதலாம்.

இது அபாயகரமான போக்கு என்று சொன்ன அவர், தங்கள் நிறுவனம் இதை அனுமதிக்காது என்றார். நீதிமன்றத்தில் வழக்குத் தொடருவோம் என்றும் அவர் கூறினார்.

இப்படி உடைத்து எழுதலாம். **எளிமை, தெளிவு** இரண்டும் இதில் உள்ளன.

ஆனால், அயல் கூற்றில் பேச்சு அல்லது அறிக்கையைக் கொடுக்கும்போது நான் என்னும் சொல் வரக்கூடாது. அவர் அல்லது அவர்கள் அல்லது அமைப்பின் பெயர் வர வேண்டும். மேலே உள்ள உதாரணத்தில் இந்த மாற்றத்தைக் கவனிக்கலாம்.

அதேபோல, மேற்கோளுக்குள் வரும் நான், நீங்கள் என்னும் சொற்களை மாற்றக் கூடாது. சொன்னது சொன்னபடியேதான் இருக்க வேண்டும்.

'செய்வதாகவும்', 'சொன்னதாகவும்' என்பன போன்ற சொற்கள் அயல் கூற்றுக்கே உரியவை. மேற்கோள் குறிகளுக்குள் இதுபோன்ற சொற்கள் வரக்கூடாது.

பொது விதி

ஊடகங்களில் அறிக்கை அல்லது பேச்சை அப்படியே பயன்படுத்துவது என்பது அரிதான சமயங்களில்தான் நிகழும். ஊடகம் தன்னுடைய நடையில் அறிக்கை / பேச்சை வழங்குவதே பொதுவான நடைமுறை. மேற்கோளுக்குள் நீண்ட செய்தியைப் படிக்க அலுப்பு ஏற்படும். பேச்சை எழுதும்போது மேற்கோளுக்குள் எங்கே பத்தி பிரிப்பது என்னும் சிக்கலும் எழும். எனவே நீண்ட பேச்சை எழுதும்போது ஓரிரு வாக்கியங்களை மட்டும் நேர்க் கூற்றில் மேற்கோள் குறிகளுக்குள் கொடுத்துவிட்டு அயல் கூற்றில் எழுதுவதே வசதியானது. பேசியவரின் சொற்களைக் கூடியவரை மாற்றாமல் பயன்படுத்த வேண்டியது முக்கியம்.

செய்திக் கட்டுரைகளில் நாம் சொல்ல வரும் கருத்தை அல்லது முன்வைக்கும் வாதத்தை நிறுவ உரிய நபர்களின் கூற்றுகளைப் பயன்படுத்துவோம். அப்படிப் பயன்படுத்தும்போது நீளமாக மேற்கோள் காட்டுவதைத் தவிர்க்கலாம். முக்கியமான பகுதிகளை மட்டும் மேற்கோளுக்குள் சொன்னது சொன்னபடி தந்துவிட்டு, பிற பகுதிகளை அயல் கூற்றாகத் தந்து, 'என்று அவர் கூறினார்' என எழுதலாம்.

7

எதற்கு இத்தனை கேள்விக்குறிகள்?

நேர்க் கூற்று, அயல் கூற்று பற்றிச் சென்ற பத்தியில் பார்த்தோம். அதன் தொடர்ச்சியாகச் சிலவற்றை இப்போது பார்ப்போம்.

ஒருவரது பேச்சை, அறிக்கையை, அயல் கூற்றில் சொல்லும்போது கேள்விக்குறிகளைப் பயன்படுத்துவதில் ஒரு சிக்கல் எழ வாய்ப்பிருக்கிறது.

"முதலமைச்சர் எதன் அடிப்படையில் இப்படிப் பேசினார்? தனது கூற்றுக்கான ஆதாரம் ஏதேனும் அவரிடம் இருக்கிறதா? இருந்தால் காண்பிக்க முடியுமா?" என்று எதிர்க்கட்சித் தலைவர் கேள்வி எழுப்பினார்.

இது நேர்க் கூற்று. இதை அயல் கூற்றாக மாற்றும்போது,

முதலமைச்சர் எதன் அடிப்படையில் இப்படிப் பேசினார் என்று கேள்வி எழுப்பிய எதிர்க்கட்சித் தலைவர், தனது கூற்றுக்கான ஆதாரம் ஏதேனும் முதல்வரிடம் இருக்கிறதா என்று கேட்டார். இருந்தால் காண்பிக்க முடியுமா என்று சவால் விடுத்தார்.

அயல் கூற்றாகச் சொல்லும்போது எந்த இடத்திலும் கேள்விக்குறி வர வேண்டிய தேவையே இல்லை. வாக்கியத்தில் கேள்விக்குறி, ஆச்சரியக் குறி, முற்றுப்புள்ளி ஆகியவை இடம்பெற்றால் அவ்விடத்தில் வாக்கியம் முடிகிறது என்று பொருள்.

அவர் என்ன சொன்னார்? என்று இவர் கேட்டார் என எழுதக் கூடாது. கேள்விக்குறி வந்ததுமே வாக்கியம் முடிந்து விடுகிறது. ...என்று இவர் கேட்டார் என வாக்கியத்தைத் தொடர முடியாது.

வியப்புக் குறியும் அப்படித்தான். இந்த எடுத்துக்காட்டைப் பாருங்கள்:

"அற்புதமான படம்!" என்று சித்தி வியந்தார்.

இது நேர்க் கூற்று. ஒருவர் சொல்வது இரட்டை மேற்கோள் குறிகளுக்குள் அப்படியே தரப்பட்டிருக்கிறது. வியப்பை வெளிப்படுத்தும் பேச்சு என்பதால் வியப்புக் குறி பொருத்த மாகவே பயன்படுத்தப்பட்டிருக்கிறது.

இதையே அயல் கூற்றில் தரும்போது,

அற்புதமான படம் என்று சித்தி வியந்தார் என எழுதினால் போதும். இடையில் வியப்புக் குறி வர வேண்டியதில்லை. முன்பே சொன்னதுபோல, கேள்விக்குறி, ஆச்சரியக்குறி ஆகியவற்றுடன் வாக்கியம் முடிந்துவிடும்.

பட்டியலும் கேள்விக்குறியும்

"உங்களுக்கு என்ன வேண்டும்? பழரசமா, தேநீரா?" என்று அப்பா கேட்டார்.

ஒரு பட்டியலைத் தந்து தேர்ந்தெடுக்கச் சொல்லும்போது பட்டியலின் இறுதியில் மட்டும் கேள்விக்குறி வந்தால் போதுமானது. பட்டியலின் கூறுகளுக்கிடையில் காற்புள்ளியைப் (,) பயன்படுத்த வேண்டும்.

மேலும் சில எடுத்துக்காட்டுகள்:

நீங்கள் நல்லவரா, கெட்டவரா?

அமையவிருப்பது தனிக்கட்சியின் ஆட்சியா, கூட்டணி ஆட்சியா?

எனக்கும் தனக்கும்

"எனக்கு அது கொஞ்சமும் பிடிக்கவில்லை" என்றார் அம்மா. – நேர்க் கூற்று.

தனக்கு அது கொஞ்சமும் பிடிக்கவில்லை என்று அம்மா சொன்னார். – அயல் கூற்று.

“உனக்கு என்ன வேண்டும்?” என்று ஆசிரியர் என்னிடம் கேட்டார். – நேர்க் கூற்று.

எனக்கு என்ன வேண்டுமென்று ஆசிரியர் என்னிடம் கேட்டார். – அயல் கூற்று.

எனக்கு – தனக்கு; உனக்கு – எனக்கு ஆகியவை நேர் / அயல் கூற்றுகளில் எப்படி மாறுகின்றன என்பதைப் பாருங்கள்.

“தனக்கு அது பிடிக்கவில்லை” என்று அவர் கூறினார் என்று சிலர் இப்போதெல்லாம் எழுதுகிறார்கள். அது பிழையானது. மேற்கோளுக்குள் வரும்போது ஒருவர் பேசியதைப் பேசியபடி தர வேண்டும். மேற்கோளை எடுத்துவிட்டு நமது நடையில் அதைத் தரும்போது நான், நீ, அவர், உனக்கு, எனக்கு என்பவை யாரைக் குறிக்கின்றன என்பதைக் கணக்கில் எடுத்துக்கொண்டு அதற்கேற்ப வாக்கிய அமைப்பை மாற்ற வேண்டும்.

நினைவில் கொள்க

கேள்விக்குறியோடு ஒரு வாக்கியம் முடிந்துவிடும். எனவே வாக்கியத்தின் நடுவில் கேள்விக்குறி, ஆச்சரியக்குறி ஆகியவற்றைப் பயன்படுத்தக் கூடாது.

உனக்கு, எனக்கு, தனக்கு ஆகிய சொற்களை நேர் / அயல் கூற்றுகளில் பயன்படுத்தும்போது கவனம் தேவை.

8

பொருள் தரும் பின்னொட்டுக்கள்

ஆல், ஒடு, உடன், க்கு, ஐ, இன், இல் முதலான பின்னொட்டுக்கள் வேற்றுமை உருபுகள் எனப்படுகின்றன. இவற்றைப் பயன்படுத்தாமலேயே எழுதினால் பொருள் குழப்பம் வரும்.

வேற்றுமை உருபுகள் பற்றிப் பார்ப்பதற்கு முன், நேர்க் கூற்று – அயல் கூற்று தொடர்பாக நாம் கவனிக்க வேண்டிய முக்கியமானதொரு கூறினைப் பார்ப்போம்.

ராமநாதன் அவனுடைய வாகனத்தை ஓட்டிச் சென்றான்.

முருகன் அவனுடைய புத்தகத்தை அவனுடைய மடிமீது வைத்திருந்தான்.

மேலே உள்ள வாக்கியங்களை மேலெழுந்தவாரியாகப் பார்க்கும்போது எந்தத் தவறும் இல்லை எனத் தோன்றும். ஆனால், அவற்றில் தவறுகள் உள்ளன. மாற்றி எழுதப்பட்ட இந்த வாக்கியங்களைப் பாருங்கள்:

ராமநாதன் தன்னுடைய வாகனத்தை ஓட்டிச் சென்றான்.

முருகன் தன்னுடைய புத்தகத்தைத் தன் மடிமீது வைத்திருந்தான்.

ராமநாதன் அவனுடைய வாகனத்தை... என எழுதினால், யாருடைய வாகனத்தை என்னும் கேள்வி எழலாம். அந்த வாக்கியத்தில் இதற்கான பதில் இல்லை. ராமநாதன் தன்னுடைய என எழுதினால் கேள்வி எழ வாய்ப்பே இல்லை.

சொல்லவரும் பொருளைக் குழப்பம் இல்லாமல் வெளிப்படுத்துவதே தெளிவான நடைக்கான இலக்கணம். முறையாகத் தமிழை எழுதினால் குழப்பம் வராது.

வேற்றுமை உருபுகள்

அவனால் முடிந்தது, அவளோடு இணைந்து செய், தொண்டர்களுடன் சேர்ந்து சாப்பிடு, அவனுக்குக் கொடு, அவற்றின் மீது...

மேலே உள்ள எடுத்துக்காட்டுகளில் வேற்றுமை உருபுகள் (ஆல், ஓடு, உடன், க்கு...) இருப்பதைப் பாருங்கள். இந்த வாக்கியங்களில் வேற்றுமை உருபுகளைத் தவிர்த்துவிட்டு எழுத இயலாது. இயல்பாகவே இவை இடம்பெற்றுவிடும். ஆனால் இந்த எடுத்துக்காட்டுகளைப் பாருங்கள்:

தாத்தா பெயரை வைத்தார்கள் – தவறு

தாத்தாவின் பெயரை வைத்தார்கள் – சரி

மதுரை சென்றார் – தவறு

மதுரைக்குச் சென்றார் – சரி

பேச்சு வழக்கில் தாத்தா பெயரை வைத்தோம் என்று சொல்லலாம். ஆனால், எழுதும்போது தத்தாவின் பெயரை வைத்தோம் என்றுதான் எழுத வேண்டும்.

மதுரை என்பது ஒரு நபரின் பெயராக அல்லது அடைமொழியாகக்கூட இருக்கலாம். எனவே, மதுரைக்கு என எழுதும்போது இந்தக் குழப்பம் வராது.

இந்த எடுத்துக்காட்டுகளைப் பாருங்கள்:

சிறை சென்றார்

முத்தம் கொடுத்தாள்

பரிசளித்தான்

கடல் தாண்டி

இந்த உதாரணங்களில் சிறைக்குச் சென்றார், முத்தத்தைக் கொடுத்தாள், பரிசை அளித்தான், கடலைத் தாண்டி என்று சொல்லாமலேயே அந்தப் பொருள்கள் வந்துவிடுகிறன. சில சொற்களும் சொற்சேர்க்கைகளும் நம்மிடையே அதிகம் புழங்குவதால் உண்டாகும் வசதி இது.

எனவே, இலக்கணம், நடைமுறை ஆகிய இரண்டையும் கணக்கில் எடுத்துக்கொள்ள வேண்டும். வாசகருக்குப் புரியுமா, புரியாதா என்னும் கேள்வியை எழுப்பிக்கொள்ள வேண்டும்.

இரு விதப் பயன்பாடுகள்

மேல், மீது, பற்றி ஆகிய சொற்களைப் பயன்படுத்துவதில் இரண்டு விதங்கள் உள்ளன.

மேசைமேல், உடல்மீது, அதுபற்றி

மேசையின் மேல், உடலின் மீது, அதைப் பற்றி

இந்த எடுத்துக்காட்டுகளைப் பார்க்கும்போதே வித்தியாசம் உங்களுக்குப் புரிந்திருக்கும்.

உயர்திணை, அஃறிணை

எழுதும்போது உயர்திணை – அஃறிணை வேறுபாட்டினை மனதில் கொண்டு எழுத வேண்டும்.

அவர்கள் வந்தார்கள், அவை வந்தன என்று எழுதும்போது குழப்பம் ஏற்படுவதில்லை. ஆனால், உயர்திணையும் அஃறிணையும் ஒரு வாக்கியத்தில் சேர்ந்து வரும்போது வந்தார்கள், வருகிறார்கள் என்று உயர்திணைக்குரிய சொல்லையே பயன்படுத்தலாம்.

எடுத்துக்காட்டு:

...இதனால் அந்தப் பகுதியில் உள்ள மனிதர்களும் கால்நடை களும் கஷ்டப்படுகிறார்கள்.

9

சேரிடம் அறிந்து சேர்

சில சொற்களைச் சேர்த்து எழுதுவதா, பிரித்து எழுதுவதா என்ற குழப்பம் ஏற்படும். அதுபோன்ற சொற்களில் சிலவற்றைப் பார்ப்போம்.

சில சொற்கள் – இதில் குழப்பமே வராது. பிரித்து எழுதுவோம். பார்த்துக்கொண்டு – இதில் பலருக்குக் குழப்பம் வருகிறது. கொண்டு என்பதைப் பலர் பிரித்து எழுதுகிறார்கள்.

மேலும் சில எடுத்துக்காட்டுகளைப் பார்க்கலாம்.

செய்துவிடு, விட்டுவிடலாம், வசித்துவந்தார், போய்த் தொலை, அவன்தான், படு திறமைசாலி, வாங்கப் பட்டது, பாடுபட்ட, அதுகூட, கட்டிக்கொடு, சொல்லிக்கொடு, கைதுசெய்,

மேலே உள்ள அனத்துமே சேர்த்து எழுத வேண்டியவை. *விடு, வா, தொலை, தான், படு, பட்டது, பட்ட, கொடு, செய்* ஆகிய சொற்கள் தனியாக இருக்கும்போது தரும் பொருள்கள் வேறு. வேறொரு சொல்லுக்குத் துணையாக நிற்கும்போது தரும் பொருள்கள் வேறு. இவை தனிச் சொற்களாக வரலாம். துணையாக வரும்போது இவற்றைத் துணைவினை என்று சொல்வதுண்டு. துணை வினையாகப் பயன்படுத்தப்படும் சொற்கள் அனைத்தையும் உடன்வரும் சொல்லோடு சேர்த்தே எழுத வேண்டும்.

மேலே உள்ள எடுத்துக்காட்டுகளில் படு என்பது வினை அல்ல. சிறந்த, நல்ல போன்ற பண்புத்தொகைகளுக்குப் பதிலீடாகப் பேச்சு

வழக்கில் அதிகம் புழங்கும் ஒரு சொல். இதையும் சேர்த்துதான் எழுத வேண்டும். தனியாகப் பிரித்தால் படுத்தல் என்னும் செயலைக் குறிக்கும் சொல்லாகப் பொருள் தந்து குழப்பம் ஏற்படுத்தக்கூடும்.

படுபுத்திசாலி, படுபயங்கரம், படுசுட்டி என்னும் சொற்களில் படு என்ற சொல் படுத்தல் என்னும் பொருளில் பயன்படவில்லை. எனவே சேர்த்துதான் எழுத வேண்டும்.

தனி வினையும் துணை வினையும்

மேலே உள்ள எடுத்துக்காட்டுகளில் வினைச்சொற்களைப் பார்க்கலாம். விடு என்றால் விடுதல் என்று பொருள். ஆனால், செய்துவிடு என்ற இடத்தில் 'விடு' என்ற சொல் 'விடுதல்' என்னும் பொருளைத் தரவில்லை. எனவே இதைப் பிரிக்கக் கூடாது.

வந்தார் என்பது வருதல் என்னும் வினையைக் குறிப்பது. வசித்துவந்தார் என்னும் இடத்தில் வந்தார் என்பது மாறுபட்ட பொருளைத் தருகிறது.

அதையே அவர் சொல்லிவந்தார்

உன்னிப்பாகக் கவனித்துவந்தார்

அரசு திட்டத்தைச் செயல்படுத்திவருகிறது

இந்தப் பழக்கத்தைக் கடைப்பிடித்துவருகிறேன்

இந்த எடுத்துக்காட்டுகளில் *வந்தார், வருகிறது, வருகிறேன்* ஆகிய சொற்கள் 'வருதல்' என்னும் பொருளைக் குறிக்கவில்லை. தொடர்ச்சியானதொரு செயல்பாட்டைக் குறிக்கின்றன. இன்னொரு சொல்லுக்குத் துணையாக நின்று மாறுபட்ட பொருளைத் தருவதால் இவை தனி வினையாக அல்லாமல் துணை வினையாக மாறுகின்றன. எனவே சேர்த்து எழுத வேண்டும்.

கூட என்னும் சொல்லைப் பிரித்தால் கூடுதல் *(Gather)* என்றும் பொருள் வரும். சேர்த்து எழுதினால் *Also* என்னும் பொருள் வரும். *Also* என்னும் மாறுபட்ட பொருளைத் தரும்போது இது துணை வினையாகிவிடுகிறது. எனவே சேர்த்து எழுத வேண்டும்.

விடு, படு, பட்டது ஆகிய சொற்களும் அப்படியே. பிரித்து எழுதப்படும்போது, தனித்து நிற்கும்போது இவை தரும் பொருள்கள் வேறு. இன்னொரு சொல்லுக்குத் துணையாக நிற்கும்போது தரும் பொருள்கள் வேறு. எனவே சொல்லிவிடு,

பாடுபட்ட, கொடுக்கப்பட்டது ஆகிய சொற்களில் *விடு, படு, பட்டது* ஆகியவற்றைச் சேர்த்து எழுத வேண்டும்.

நினைவில் கொள்க

தனி வினையைப் பிரித்து எழுத வேண்டும். துணை வினையைச் சேர்த்து எழுத வேண்டும்.

பிரித்தல், சேர்த்தலில் உள்ள மேலும் சில சிக்கல்களைத் தொடரின் அடுத்த பகுதியில் பார்ப்போம்.

10

சொற்களின் பிரிவும் இணைவும்

தான் என்பதைப் பிரித்து எழுதினால் 'நான்' என்னும் பொருள் வரும். அதுதான், அப்படித்தான், அவன்தான், அவ்வளவுதான் என்று சேர்த்து எழுதினால் வேறு பொருள் வரும் எனவே 'நான்' என்ற பொருள் தராத எல்லா இடங்களிலும் இதைச் சேர்த்தே எழுத வேண்டும்.

போது, பொழுது ஆகியவற்றைச் சேர்த்து எழுத வேண்டும். செய்யும்போது, வரும்பொழுது ...

போன்ற, போல என்பவை பிரிந்தும் வரும், சேர்ந்தும் வரும்.

அதுபோல, அதைப் போல

இது போன்ற, இதைப் போன்ற

திரிந்து புணருதல்

சில சொற்கள் திரிந்து புணரும். அதாவது, உருமாறி இன்னொரு சொல்லுடன் சேரும்.

எடுத்துக்காட்டு:

மதுரையில் இருந்து,

மதுரையிலிருந்து

இந்தச் சமயம், இச்சமயம், ஊர்+ஆட்சி = ஊராட்சி, தலைமை+அகம் = தலைமையகம்.

திரிந்து (உருமாறி) புணர்ந்த (இணைந்த) சொற்களைப் பிரிக்கக் கூடாது. (அச் சமயம் – தவறு)

மதுரையிலிருந்து, காலையிலிருந்து போன்ற சொற்களைச் சிலர் மதுரையில் இருந்து காலையில்

இருந்து எனப் பிரிக்கிறார்கள். மேலெழுந்தவாரியாகப் பார்க்கையில் இதில் தவறு இல்லையெனத் தோன்றும். ஆனால் இது தவறு.

மதுரையிலிருந்து என்றால் *From Madurai* என்று பொருள். மதுரையில் இருந்து என்றால் மதுரையில் வசித்து / தங்கி என்று பொருள்.

பிரிப்பதும் சேர்ப்பதும் பொருள் மாற்றத்தைத் தருவதால் இதில் கவனமாக இருக்க வேண்டும்.

'இருத்தல்' என்னும் பொருள் தரும் இடங்களில் 'இருந்த' 'இருந்து' 'இரு' ஆகியவற்றைப் பிரித்து எழுதலாம். *From* என்னும் பொருள் தரும் இடங்களில் சேர்த்தே எழுத வேண்டும்.

இந்த எடுத்துக்காட்டைப் பாருங்கள்:

மதுரையில் இருந்துவந்தான் (மதுரையில் வசித்தல்)

மதுரையிலிருந்து வந்தான் (மதுரையிலிருந்து வருதல்)

சேர்த்தல் – பிரித்தலில் பொருள் மாறுபடுவதை உணர முடிகிறது அல்லவா?

இரு என்னும் சொல்லின் சிக்கல்

பார்த்திருக்கிறார், சொல்லியிருக்கிறார், கேட்டிருக்கிறார், திருத்தப்பட்டிருக்கிறது ஆகிய சொற்களை,

பார்த்து இருக்கிறார், சொல்லி இருக்கிறார், கேட்டு இருக்கிறார், திருத்தப்பட்டு இருக்கிறது என்று எழுதப்படுவதை இப்போதெல்லாம் அதிகம் பார்க்க முடிகிறது. எளிமை என்று நினைத்துக்கொண்டு செய்யப்படும் தவறு இது.

பார்த்திருக்கிறார், சொல்லியிருக்கிறார் ஆகியவற்றைப் பார்த்து / சொல்லி இருக்கிறார் எனப் பிரித்தால் இருக்கிறார் என்னும் சொல் இருத்தல் என்னும் பொருளைத் தரும். பார்த்திருக்கிறார், சொல்லியிருக்கிறார் என்பதில் வரும் இருக்கிறார் என்பது இரு என்னும் பொருளைத் தருவதில்லை. பார்த்தல் என்னும் வினை ஒரு குறிப்பிட்ட காலத்தில் முற்றுப்பெற்றதைக் குறிக்க அது பயன்படுகிறது.

அதாவது, இரு என்று பொருள் தரும் சொல், இந்த இடத்தில் வேறொரு சொல்லுடன் இணைந்து மாறுபட்ட பொருளைத் தருகிறது. இப்படி மாறுபட்ட பொருள் தரும்போது அச்சொல்லைப் பிரித்து எழுத வேண்டும். இல்லையேல் அது தன் அசல் பொருளையே தரும். நாம் இங்கே சொல்ல விரும்பும் பொருள் அது அல்ல. எனவே இந்த இடத்தில் இருக்கிறார் எனப் பிரித்து எழுதக் கூடாது.

வந்து இருக்கிறது, போய் இருக்கிறது. நின்றுகொண்டு இருக்கிறது என்றெல்லாம் பிரிப்பதும் இதே காரணத்தினால் தவறுதான்.

பொதுவாகவே, ஓரிடத்திலிருந்து இன்னொரு இடத்துக்கு வரும் சமயத்தில் பயன்படுத்தப்படும் இருந்து என்னும் சொல்லைச் சேர்த்து எழுதவேண்டும்.

மதுரையிலிருந்து, தில்லியிலிருந்து ...

இந்தச் சொல்லை, தில்லியில் இருந்து எனப் பிரித்தால் தில்லியில் இருத்தல் எனப் பொருள் தரும். எனவே பிரிக்கக் கூடாது.

காலம், கொள்கை மாற்றம், நிலை மாற்றம் ஆகியவற்றுக்கும் இது பொருந்தும்.

காலம்

காலையிலிருந்து, நேற்றிலிருந்து, அடுத்த வாரத்திலிருந்து, 2001இலிருந்து ...

கொள்கை

அவர் திராவிடக் கருத்தியலிலிருந்து விலகி மார்க்ஸியத்தை வரித்துக்கொண்டார்.

நிலை

என் தந்தை, நாளை முதல் மேல் பணியிலிருந்து ஓய்வுபெறுகிறார்.

அந்த இலை பச்சை நிறத்திலிருந்து பழுப்பு நிறமாக மாறியது.

ஒன்றிலிருந்து இன்னொன்றாக

ஓரிடத்திலிருந்து இன்னோர் இடத்துக்கு

ஒரு நிலையிலிருந்து இன்னொரு நிலைக்கு

ஒரு கொள்கையிலிருந்து இன்னொரு கொள்கைக்கு

ஒரு மொழியிலிருந்து இன்னொரு மொழிக்கு

இப்படியெல்லாம் மாறும் நிகழ்வுகளைக் குறிக்கும்போது இருந்து என்பதைச் சேர்த்தே எழுத வேண்டும்.

உள்ளது என்னும் சொல்லும் இதேபோலத்தான். செய்துள்ளார் என்பதைச் செய்து உள்ளார் எனப் பிரிக்க வேண்டாம். கூறியுள்ளீர்கள் என்பதைக் கூறி உள்ளீர்கள் எனப் பிரிக்க வேண்டாம். அவ்வாறு பிரித்தால் பொருள் குழப்பம் ஏற்படும்.

ஒரு சொல் கேளீர்!

11

உருமாறும் சொற்கள்

சில சொற்களைப் பிரித்து எழுதினால் ஒரு பொருள் தரும், சேர்த்து எழுதினால் வேறொரு பொருள் தரும்.

எடுத்துக்காட்டு: ஒரு நாள், ஒரு வேளை, அந்த நாள் ...

அந்த வேலையை முடிக்க ஒரு நாள் போதும்.

என்னுடைய அம்மா ஒரு வேளை மட்டுமே சாப்பிட்டுவருகிறார்.

சித்தப்பா வீட்டுக்கு வந்த அந்த நாள் இன்னமும் என் மனதில் பசுமையாக இருக்கிறது.

மேலே உள்ள வாக்கியங்களில் உள்ள ஒரு, அந்த ஆகிய சொற்கள் தம் இயல்பான பொருளில் பயன்படுவதைக் கவனியுங்கள். இப்போது இந்த எடுத்துக்காட்டுகளைப் பாருங்கள்:

ஒருநாள் நான் இந்த நிறுவனத்தின் தலைமைப் பதவியைப் பெறுவேன்.

அடுத்த மாதத்தில் ஒருநாள் உங்கள் வீட்டுக்கு வருவேன்.

சார்லஸைக் காணவில்லை. ஒருவேளை அவர் வீட்டுக்குக் கிளம்பியிருப்பாரோ?

ஃபாத்திமா எதுவும் கருத்துக் கூறவில்லை. ஒருவேளை அவளுக்கு விஷயமே தெரியாதோ?

தாத்தா அந்தநாள் நினைவுகளில் மூழ்கிப் போனார்.

மேலே உள்ள வாக்கியங்களில் ஒரு, அந்த என்பவை வேறு பொருளில் வருகின்றன.

முதல் வாக்கியத்தில் ஒருநாள் என்பது நிச்சயமற்ற காலத்தைக் குறிக்கிறது.

அடுத்த வாக்கியத்திலும் ஒரு என்னும் பொருளை அச்சொல் தரவில்லை. குறிப்பாகச் சொல்ல முடியாத காலத்தைக் குறிக்க ஒருநாள் பயன்படுகிறது.

மூன்றாவது, நான்காவது வாக்கியங்களில் ஒருவேளை என்பது ஐயத்தைக் குறிக்கும் யூகச் சொல்லாகப் பயன்படுகிறது.

கடைசி வாக்கியத்தில் பழைய காலம், கடந்த காலம் ஆகியவற்றை அந்தநாள் குறிக்கிறது.

ஒரு சொல் இன்னொரு சொல்லுடன் சேரும்போது அதன் பொருள் மாறினால் அதைச் சேர்த்து எழுத வேண்டும்.

இரண்டும் சரி

நீர்க்கடன், புகைச்சுவர், மரக்கிளை, மழைக்காடு ஆகிய சொற்களைச் சேர்த்தாலும் பிரித்தாலும் பொருள் மாறாது. இலக்கணப்படி இவற்றைப் பிரித்து எழுத வேண்டும். ஆனால் இவை சிறிய சொற்களாக இருப்பதால் சேர்த்தே எழுதலாம்.

குடியிருப்புப் பகுதி, முதல் வகுப்புப் பெட்டி முதலானவை தனிப் பொருள் தரும் தனிச் சொற்களாக இருப்பதால் இலக்கணப்படி இவற்றைப் பிரித்தே எழுத வேண்டும். இவற்றைச் சேர்த்தாலும் பொருள் குழப்பம் வராது என்றாலும், இயல்பாகவே இரு சொற்கள் என்பதாலும், இணைத்தால் பெரிய சொல்லாகிவிடுவதாலும் பிரித்து எழுதுவதே பொருத்தமானது.

தீச்சட்டி, தீப்பொறி, தீக்கதிர், பூச்செடி, பூக்கூடை ஆகிய சொற்களைச் சேர்த்தே எழுதலாம்.

நேற்றுமுதல் இன்றுவரை – முதல், வரை ஆகியவற்றின் பொருள்கள் இங்கே மாறிவருகின்றன. எனவே இவற்றைச் சேர்த்து எழுத வேண்டும்.

பார்த்துக்கொண்டிருந்தபோது – பார்த்துக்கொண்டு இருந்த போது என நான்கு கூறுகள் இச்சொல்லில் இருக்கின்றன. ஆனால் இவற்றைப் பிரித்து எழுதக் கூடாது.

பார்த்துக்கொண்டு – 'கொண்டு' இங்கே துணை வினை. ஆகவே பிரிக்கக் கூடாது. 'போது' என்பது முன்னால் வரும் சொல்லுக்குத் துணையாக நிற்கிறது. எனவே பிரிக்கக் கூடாது.

எனவே, பார்த்துக்கொண்டிருந்தபோது என்றே எழுத வேண்டும். இந்தச் சொல்லுடன் 'தான்' சேர்ந்து பார்த்துக் கொண்டிருந்தபோதுதான் என ஆனாலும் அதையும் பிரிக்கக் கூடாது. 'தான்' என்பதைப் பிரித்தால் 'நான்' என்னும் பொருள் வரும்.

ஆனால், இவ்வளவு நீளமான சொல் சில சமயம் பக்க வடிவமைப்பிற்குள் பொருந்தாது. வரிகள் பிரிய வேண்டியிருக்கும். அந்நிலையில் பொருத்தமான இடத்தில் உடைத்துக்கொள்ளலாம். பார்த்துக்–கொண்டிருந்த–போது இப்படி உடைக்கலாம். வடிவமைப்பு / வரி உடைப்புப் பிரச்சினை இல்லையென்றால் பிரிக்க வேண்டாம்.

எப்போதும் பிரித்து எழுத வேண்டியவை

கூடாது, வேண்டும், முடியாது, மாட்டாது, மாட்டார் ஆகிய சொற்கள் எப்போதும் பொருள் மாற்றம் அடைவதில்லை. எனவே இவற்றைத் தனிச் சொற்களாகப் பிரித்து எழுத வேண்டும்.

கொண்டு என்பது துணை வினையாக வரும்போது சேர்த்து எழுத வேண்டும். Have, posses என்னும் பொருளில் வரும்போது பிரித்துத் தனி வினையாக எழுத வேண்டும்.

அவர் தனக்கென ஒரு இடத்தைக் கொண்டிருந்தார்.

அவர் அலாதியான கருத்தைக் கொண்டிருக்கிறார்.

நான் சொல்லும் யோசனை பிடித்திருந்தால் கொள்ளுங்கள், இல்லையேல் தள்ளிவிடுங்கள்.

நினைவில் கொள்க

ஒரு சொல் தன் இயல்பான பொருளைத் தந்தால் அதைப் பிரித்துத் தனியே எழுத வேண்டும். இன்னொரு சொல்லுடன் (முன்னாலோ, பின்னாலோ) சேர்ந்து வேறொரு பொருளைத் தந்தால் அதைச் சேர்த்து எழுத வேண்டும். சேர்த்து எழுத வேண்டியதைப் பிரித்தாலோ, பிரிக்க வேண்டியதைச் சேர்த்தாலோ பொருள் குழப்பம் ஏற்படும் என்பதால் இதில் கவனம் தேவை.

12

நிறுத்தக்குறிகள்: குறைவே நிறைவு

நிறுத்தக்குறிகள் *(Punctuations)* என்பவை அண்மைக் காலத்தில் மேற்கு உலகில் தோன்றியவை. நீண்ட நெடிய தமிழ், வடமொழி மரபுகளில் நிறுத்தக்குறிகள் எதுவும் இல்லை. முற்றுப்புள்ளிகூட இல்லாமல் தமிழ் எழுதப்பட்டுவந்தது.

உரைநடை வளர்ச்சியுடன் நிறுத்தக்குறிகளின் தேவையும் தோற்றமும் நிகழ்ந்தன. நிறுத்தக்குறிகளின் அடிப்படையான நோக்கம், சொல்ல வருவதைத் தெளிவாகச் சொல்வதுதான். வாசிப்பில் குழப்பம் இல்லாத வகையில் சில வசதிகளைச் செய்ய வேண்டும் என்பதுதான். இதை அடிப்படையாகக் கொண்டே நிறுத்தக்குறிகளை நாம் பயன்படுத்த வேண்டும்.

அடிப்படைக் கூறுகள்

முற்றுப்புள்ளி: வாக்கியங்களின் முடிவில் முற்றுப்புள்ளி இட வேண்டும். யாரேனும் ஒருவருடைய கூற்றை இரட்டை மேற்கோள் குறிகளுக்குள் தரும்போது அந்தக் கூற்றினுள் ஒன்றுக்கு மேற்பட்ட வாக்கியங்கள் இருந்தால் ஒவ்வொரு வாக்கியத்தின் முடிவிலும் முற்றுப்புள்ளி வைக்க வேண்டும்.

இரட்டை மேற்கோள் முடிவதுடன் வாக்கியம் முடிந்துவிட்டால் அங்கே முற்றுப்புள்ளி வைக்க வேண்டும் "...வேண்டும்" என்று அவர் சொன்னார் இப்படி இரட்டை மேற்கோள் குறிக்கு அப்பாலும்

வாக்கியம் தொடர்ந்தால் 'வேண்டும்' என்பதற்குப் பக்கத்தில் புள்ளி வைக்கக் கூடாது.

கேள்விக்குறி, ஆச்சரியக்குறி ஆகியவையும் ஒருவிதத்தில் முற்றுப்புள்ளியைப் போலத்தான். இவை வரும்போது வாக்கியம் முடிந்துவிடும். ஏன்? என்று அவர் கேட்டார் என எழுதக் கூடாது.

"ஏன்?" என்று அவர் கேட்டார் – நேர்க் கூற்று

ஏன் என்று அவர் கேட்டார் – அயல் கூற்று

இதேபோலத்தான் ஆச்சரியக்குறியும்.

அற்புதம்! என்று அவர் வியந்தார் என எழுதக் கூடாது.

"அற்புதம்!" என்று வியந்தார் – நேர்க் கூற்று

அற்புதம் என்று வியந்தார் – அயல் கூற்று

அயல் கூற்றில் கேள்விக்குறிகள், ஆச்சரியக்குறிகள் வராது.

செய்தியாளரின், எழுத்தாளரின் கூற்றாக வரும்போது இந்தக் குறிகளை எப்படிப் பயன்படுத்துவது?

எடுத்துக்காட்டு:

எவ்வளவு அற்புதமான காட்சி அது! ஆனால் மற்ற காட்சிகள் இந்தத் தரத்தில் இல்லை.

நிவாரணப் பொருள்கள் உரிய மக்களுக்குப் போய்ச் சேராமல் இருப்பதற்கு யார் பொறுப்பு? இந்தக் கேள்விக்கான பதில் கிடைப்பதற்குள் அடுத்த தேர்தலே வந்துவிடும்!

மேலே உள்ள இரண்டு உதாரணங்களுமே கட்டுரையாளரின் கூற்றுகள். இரண்டிலுமே கேள்விக்குறி, ஆச்சரியக்குறிகளுடன் வாக்கியம் முடிவதைக் கவனியுங்கள்.

இதற்குக் காரணம் யார்? என்ற கேள்விக்கு அமைச்சர் பதில் சொல்ல வேண்டும்

என எழுதக் கூடாது. வாக்கியத்தின் இடையில் வரும் கேள்விக்குறியை நீக்கிவிட வேண்டும். அல்லது,

"இதற்குக் காரணம் யார்?" என்ற கேள்விக்கு...

என எழுத வேண்டும்.

ஆனால், தேவையில்லாமல் இரட்டை மேற்கோள் குறியைப் பயன்படுத்துவதைத் தவிர்க்கலாம். எனவே,

இதற்குக் காரணம் யார் என்ற கேள்விக்கு அமைச்சர் பதில் சொல்ல வேண்டும்

என்றே எழுதலாம்.

பயனற்ற பயன்பாடுகள்

நிறுத்தக்குறிகளைத் தவிர்க்க முடியாதபோதுதான் பயன்படுத்த வேண்டும். ஆனால், காற்புள்ளி (,), அரைப்புள்ளி (;), முக்கால் புள்ளி (:) ஆகியவை பல சமயங்களில் தேவையின்றிப் பயன்படுத்தப்படுகின்றன.

ஒரு விஷயத்தைச் சற்று நிறுத்திப் பின்பு தொடர்வதற்காகக் காற்புள்ளியைப் (,) பயன்படுத்தலாம்.

எடுத்துக்காட்டு:

அதாவது, இப்படியே போனால் கையில் இருக்கும் பணம்கூட மிஞ்சாது என்று இதற்குப் பொருள்.

இந்த வாக்கியத்தில் 'அதாவது' என்னும் சொல்லுக்குப் பின்னால் காற்புள்ளி (,) உள்ளது. ஆனால் 'இப்படியே போனால்' என்பதற்குப் பின் காற்புள்ளி (,) இல்லை. ஏனென்றால் 'அதாவது'க்குப் பிறகு தேவைப்படும் சிறு நிறுத்தம் மற்றதில் தேவைப்படவில்லை.

சகட்டு மேனிக்கும் காற்புள்ளியைப் பயன்படுத்துவது இப்போதெல்லாம் வழக்கமாகிவிட்டது. மிகவும் தேவை என்றால் மட்டுமே பயன்படுத்த வேண்டும்.

மேலே உள்ள வாக்கியத்தைப் பாருங்கள். காற்புள்ளியே இல்லை. சிலர் இதுபோன்ற வாக்கியங்களிலும் அதிகமாகக் காற்புள்ளிகளைப் பயன்படுத்துகிறார்கள். அப்படிப் பயன்படுத்தக் கூடாது என்பதில் கவனம் தேவை.

காற்புள்ளி கண்டிப்பாகத் தேவையா என்று யோசித்துப் பயன்படுத்த வேண்டும்.

13

பட்டியல்களும் காற்புள்ளிகளும்

எந்த நிறுத்தக்குறியையும் தேவையில்லாமல் பயன்படுத்தக் கூடாது. காற்புள்ளிகளை அதிகம் பயன்படுத்தும் வழக்கம் சிலருக்கு இருக்கிறது.

பட்டியலிடும்போது காற்புள்ளி தேவை. பட்டியலில் இரு வகைகள் உள்ளன. ஒன்று எண்ணும்மை, இன்னொன்று உம்மைத் தொகை.

'உம்' என்னும் பின்னொட்டு வெளிப்படையாகக் குறிப்பிடப்படும் பட்டியல் எண்ணும்மை.

எண்ணும்மை வரும்போது காற்புள்ளி தேவையில்லை.

எடுத்துக்காட்டு: இந்தியாவும் இங்கிலாந்தும் பிரான்ஸும் கலந்துகொண்டன.

'உம்' என்னும் பின்னொட்டு வெளிப்படையாக இல்லாமல் பட்டியலிடப்படுவது உம்மைத் தொகை.

உம்மைத் தொகை வரும்போது ('உம்' விகுதி இல்லாதபோது) காற்புள்ளி தேவை.

எடுத்துக்காட்டு: இந்தியா, இங்கிலாந்து, பிரான்ஸ் ஆகிய நாடுகள் இந்த மாநாட்டில் கலந்து கொண்டன.

நானும் அவளும்

நேற்றும் இன்றும்

பாரதியாரும் பாரதிதாசனும்

எம்ஜிஆரும் கருணாநிதியும்

புதுமைப்பித்தனும் குபராவும்...

இவை எல்லாமே பட்டியல்கள். எண்ணும்மை. இங்கே காற்புள்ளி வேண்டாம்.

மா, பலா, வாழை

அதிமுக, திமுக, பாமக

உச்ச நீதிமன்றம், உயர் நீதிமன்றம்

பந்துவீச்சு, மட்டையாட்டம்

இவையும் பட்டியல்கள்தாம். ஆனால் உம் என்னும் விகுதி இல்லாத பட்டியல்கள். எனவே காற்புள்ளி தேவை.

அதே சமயம், 'உம்' என்னும் விகுதி வந்தாலே காற்புள்ளி வேண்டாம் என்று இதற்குப் பொருள் இல்லை. இந்த எடுத்துக்காட்டைப் பாருங்கள்:

சட்டமன்றம் கூடித் தீர்மானம் நிறைவேற்றிய பிறகும், அந்தத் தீர்மானம் முறைப்படி மத்திய அரசுக்கு அனுப்பிவைக்கப்பட்ட நிலையிலும், மத்திய அரசு எந்த நடவடிக்கையும் எடுக்காமல் இருக்கிறது.

இதில் இரண்டு இடங்களில் காற்புள்ளிகள் உள்ளன. இரண்டு இடங்களிலும் 'உம்' என்றே சொற்கள் முடிகின்றன. இங்கே நீண்ட வாக்கியத்தின் நடுவே சிறு நிறுத்தம் தேவைப்படுவதால் காற்புள்ளி பயன்படுத்தப்பட்டுள்ளது.

பட்டியலில் வரும் 'உம்' வேறு; இது வேறு.

ஒரு வாக்கியத்துக்குள் இரண்டு பிரிவுகள்

அடுத்து அரைப்புள்ளி (;)

ஒரே வாக்கியத்திற்குள் ஒன்றுக்கு மேற்பட்ட பிரிவுகள் வரும்போது மட்டும் அரைப்புள்ளியைப் பயன்படுத்த வேண்டும்.

அது வேறு; இது வேறு.

அவன் செய்தது தவறில்லை; சொன்னதுதான் தவறு.

மேலே உள்ள வாக்கியங்களில் முற்றுப்புள்ளியையும் பயன்படுத்தியிருக்கலாம். பொருள் பெரிதாக மாறிவிடாது. ஆனால், அரைப்புள்ளி நுட்பமான பொருள் மாறுபாடு தருகிறது.

'அவன் செய்தது தவறில்லை. அவன் சொன்னதுதான் தவறு' இந்த வாக்கியத்தில் இரு இடங்களில் 'அவன்' வருகிறது. அரைப்புள்ளி பயன்படுத்தும்போது ஒரு 'அவன்' உதிர்ந்துவிடுகிறது – எழுத்தில் சிக்கனமும் வேகமும் கூடிவிடுகிறது.

ஒரு சொல் கேளீர்!

இதுபோன்ற இடங்களில் அரைப்புள்ளியைக் கவனமாகப் பார்த்துப் பயன்படுத்த வேண்டும்; விருப்பம்போல அள்ளித் தெளிக்கக் கூடாது.

(மேலே உள்ள வாக்கியத்தில் அரைப்புள்ளி பயன்படுத்தப் பட்டுள்ள விதத்தைக் கவனியுங்கள்.)

ஒற்றை மேற்கோள் குறி எதற்காக?

ஒருவரது கூற்றை அப்படியே எழுதுவதற்கு இரட்டை மேற்கோளைப் பயன்படுத்த வேண்டும். வித்தியாசமான சொற்கள், பெயர்கள், தொடர்கள், பகடி, அடைமொழி முதலானவற்றுக்கு ஒற்றை மேற்கோளைப் (' ') பயன்படுத்த வேண்டும்.

அவனை நன்றாகக் 'கவனித்து' அனுப்பினார்கள்.

அவர் 'பெனால்டி ஷாட்' அடிக்கக் கற்றுக்கொண்டார்.

'மின்னல் வேந்தன்' மாரிமுத்து களம் இறங்கினார்.

'செயல் வீராங்கனை' வினிதா பதவியிலிருந்து விலக நேர்ந்தது ஏன்?

சூர்யா நடித்துள்ள 'நந்தகோபாலன் குமரன்' படம் இன்று வெளியாகிறது.

இந்த எடுத்துக்காட்டுகளில் ஒற்றை மேற்கோள் குறி இடப்பட்டுள்ள சொற்கள் வித்தியாசமான சொற்கள், பெயர்கள், தொடர்கள், பகடி, அடைமொழி என்னும் வகைப்பாட்டுக்குள் அடங்குவதைக் கவனியுங்கள்.

சிலர் ஊர்ப் பெயர் ஏதேனும் வித்தியாசமாக அல்லது அதிக அறிமுகமில்லாததாக இருந்தால் அதற்கும் ஒற்றை மேற்கோள் பயன்படுத்துகிறார்கள். அது தேவையற்றது. ஊர்ப் பெயர் என்பதை உணர்த்திவிட்டால் போதுமானது.

எடுத்துக்காட்டு:

சான்டோ டொமிங்கோ என்னும் நகரம்

கொல்லுமாங்குடி என்னும் கிராமம்

14

கோடுகளும் அடைப்புக்குறிகளும்

காற்புள்ளி, அரைப்புள்ளி, மேற்கோள் குறிகள், ஆச்சரியக்குறி, கேள்விக்குறி ஆகியவை போலவே நிறுத்தக்குறிகளில் மேலும் பல உள்ளன. அடைப்புக்குறி என்பது அவற்றில் ஒன்று. இதைப் பயன்படுத்துவது குறித்த சில முறைமைகளைப் பார்க்கலாம்.

ஒரு பெயர் / பதவி / அமைப்பு ஆகியவற்றை முதலில் குறிப்பிடும்போது முழுமையாகக் குறிப்பிட்டுவிட்டுப் பிறகு சுருக்கெழுத்துக்களைப் பயன்படுத்தலாம். அப்படிப் பயன்படுத்த வேண்டுமென்றால், முதலில் முழுமையாகக் குறிப்பிடும்போது அதன் அருகில் அடைப்புக் குறிகளுக்குள் சுருக்கெழுத்தைத் தருவது வழக்கம்.

எடுத்துக்காட்டு:

தலைமை நிர்வாக அதிகாரி (சிஇஓ)

காவல் துறை அதிகாரி (ஐஜி)

மத்தியப் புலனாய்வுத் துறை (சிபிஐ)

கணக்குத் தணிக்கை அதிகாரி (சிஏஜி)

இந்தச் சொற்களுடன் வேற்றுமை உருபு சேரும்போது அந்த வேற்றுமை உருபை அடைப்புக் குறிக்கு வெளியே கொண்டுபோகக் கூடாது. அது வாசிப்புக்குத் தொந்தரவை ஏற்படுத்தும்.

காவல் துறை அதிகாரி (ஐஜி)க்கு – இது தவறு

காவல் துறை அதிகாரிக்கு (ஐஜி) – சரி.

கோடுகள்

ஆங்கிலத்தில் Hyphan, dash எனப்படும் பெரிய கோடு, சிறிய கோடு ஆகியவற்றைப் பலரும் மனம்போன விதத்தில் பயன்படுத்துகிறார்கள். எங்கெல்லாம் சற்று நிறுத்தி வாசிக்க வேண்டுமோ அங்கெல்லாம் போடுகிறார்கள். அதாவது என்னும் சொல்லுக்குப் பதிலாகப் பயன்படுத்துகிறார்கள். காற்புள்ளிக்குப் பதிலாகப் பயன்படுத்துகிறார்கள். இவை எல்லாமே தவறு.

ஏற்கெனவே குறிப்பிட்டபடி, நிறுத்தக்குறிகளைத் தேவையில்லாமல் பயன்படுத்தக் கூடாது. இது Hyphan, dash ஆகியவற்றுக்கும் பொருந்தும்.

பெரிய கோடு என்பது ஒரு வாக்கியத்தினுள் கூடுதல் தகவலை இடையில் செருகுவதற்குப் பயன்படுத்தப்பட வேண்டியது.

எடுத்துக்காட்டு:

இந்த அரசு எடுத்துவரும் பல்வேறு தவறான நடவடிக்கைகளில் – பணமதிப்பு நீக்கம் இதில் முக்கியமானது – ஒன்றாக புல்லட் ரயில் திட்டமும் சேர்ந்துகொண்டது.

தன் படங்கள் வெளிவரும்போதெல்லாம் பிரச்சினையைச் சந்திக்கும் கமல்ஹாஸன் – ஆளவந்தான் பட வெளியீட்டிலிருந்து தொடங்கிய சிக்கல் இது – விஸ்வரூபம் 2 படத்தை வெளியிடுவதிலும் சிக்கலை எதிர்கொண்டிருக்கிறார்.

பெரிய கோடுகள் போட்டுச் சேர்ந்த பகுதியைத் தவிர்த்து விட்டுப் படித்தாலும் அந்த வாக்கியம் தன்னளவில் முழுமையான பொருளைத் தர வேண்டும். பெரிய கோடுகளுக்கு உள்ளே தரப்படும் தகவல் அல்லது முன்வைக்கப்படும் வாதம் கூடுதல் அம்சமாக, இந்த வாக்கியத்தின் ஆதாரமான செய்தியை வலுப்படுத்தும் அம்சமாக இருக்க வேண்டும். அதுவும் தன்னளவில் பொருள் தரும் வாக்கியமாக இருக்க வேண்டும்.

சிறிய கோடு என்பது கிட்டத்தட்ட முழுமை பெற்ற ஒரு வாக்கியத்தின் நீட்சியாக ஒரு விளக்கம் அளிக்கப்படும்போது பயன்படுத்தப்பட வேண்டும்.

எடுத்துக்காட்டு:

அவன் விருந்துக்கு வந்திருந்தான் – தனியாக.

அவைகள் நின்றுகொண்டிருந்தன – இது தவறு.

அவை நின்றுகொண்டிருந்தன – இது சரி.

சாய்கோடு

எஸ்.சி., எஸ்.டி. பிரிவினர் என்று எழுத வேண்டும். சிலர் எஸ்.சி. / எஸ்.டி. என எழுதுகிறார்கள். அது தவறு. ஆங்கிலத்தில் Slash (/) எனப்படும் இந்தக் குறி 'அல்லது' (Or) என்னும் பொருளில் பயன்படும். மேலே தரப்பட்டுள்ள எடுத்துக்காட்டில் எஸ்.சி. / எஸ்.டி. என எழுதுவது பொருத்தமற்றது. எஸ்.சி., எஸ்.டி. ஆகிய இரு பிரிவினரையும் சேர்த்துக் குறிக்க இடையில் காற்புள்ளி பயன்படுத்துவதே முறையானது. சாய்கோடு பயன்படுத்தினால் எஸ்.சி. அல்லது எஸ்.டி. என்னும் பொருள் வந்துவிடும். நாம் சொல்ல விரும்பும் பொருள் அதுவல்ல என்பதால் அது தவறு.

ஷெட்யூல்டு காஸ்ட், ஷெட்யூல்டு டிரைப் என ஆங்கிலத்தில் குறிப்பிடப்படும் இந்தத் தொடரைப் பட்டியல் இனத்தவர் என்றும் சிலர் குறிப்பிடுகிறார்கள். இதுவும் ஏற்றுக்கொள்ளப்பட்ட சொல்தான்.

தாழ்த்தப்பட்டோர், பழங்குடியினர் என்று விரிவாக எழுதுவதிலும் தவறு இல்லை. இந்தப் பிரிவினரைப் பற்றி எழுதப்படும் கட்டுரையில் முதலில் "தாழ்த்தப்பட்டோர், பழங்குடியினர் (எஸ்.சி., எஸ்.டி. பிரிவினர்)" இப்படி விளக்கிவிட்டு அதன் பிறகு எஸ்.சி., எஸ்.டி. பிரிவினர் என்றோ எஸ்.சி., எஸ்.டி. என்றோ இடத்துக்கு ஏற்பச் சுருக்கமாக எழுதலாம்.

எஸ்.சி., எஸ்.டி. வன்கொடுமைத் தடுப்புச் சட்டம் என்றே குறிப்பிட வேண்டும். இடையில் / என்னும் குறியைப் பயன்படுத்த வேண்டாம்.

அல்லது என்னும் பொருள் வர வேண்டிய இடத்தில் மட்டும் சாய்கோடு என்னும் நிறுத்தக்குறி பயன்படுத்தப்பட வேண்டும்.

15

பிடுங்கி எறிய வேண்டிய புள்ளிகள்

சுத்தியலால் மண்டையில் அடிவாங்கிய நேசமணியார் கடும் கோபத்தில் சொன்ன வாக்கியம் வரலாற்றில் இடம்பெற்றுவிட்டது. "நீ புடுங்குற எல்லா ஆணியுமே தேவையில்லாததுதான்" என்ற வாக்கியம்தான் எத்தனை இடங்களில் எத்தனை அவதாரங்கள் எடுத்து உலா வருகிறது!

ஆணிகளைப் போலவே பல நிறுத்தக்குறிகளும் தேவையில்லாமல் சேர்ந்துவிடுகின்றன. இவற்றை யெல்லாம் பிடுங்கி எறிய வேண்டும். காற்புள்ளிகளும் அரைப்புள்ளிகளும் தேவையில்லாமல் பயன்படுத்தப் படுவதைக் கடந்த பத்திகளில் பார்த்தோம். இப்போது புள்ளிகள்.

புள்ளிகளைக் கவனிப்பதற்கு முன்பு அடைப்புக் குறிகள் குறித்து மேலும் ஒரு குறிப்பு. வாக்கியத்தின் நீட்சியாக வரும் தகவலை அடைப்புக் குறிகளுக்குள் கொடுப்பதுண்டு அல்லவா? அப்போது அடைப்புக் குறிக்கு வெளியே முற்றுப்புள்ளி அல்லது காற்புள்ளி போன்ற நிறுத்தக்குறிகளைப் பயன்படுத்த வேண்டும்.

எடுத்துக்காட்டு:

பணி நேரத்தை வரையறுக்க வேண்டிய கடமை நிர்வாகத்துக்கு இருக்கிறது என்று கூறுகிறார் விற்பனைப் பிரிவின் மேலாளர் சீதா சரவணகுமார் (40).

அடைப்புக்குள் இருப்பது மேற்படிக் கருத்தைச் சொன்னவரின் வயது. 40 வயதாகும் சீதா சரவணகுமார் என்று எழுதுவதற்குப் பதிலாக இப்படி எழுதுவதுண்டு. வாக்கியத்தின் நீட்சியாக வரும் இதுபோன்ற தகவலை அடைப்புக்குறிகளுக்குள் கொடுத்தால் வாக்கியத்தை அடைப்புக்குறிக்கு வெளியே முடிக்க வேண்டும்.

இப்போது புள்ளிகளைப் பார்ப்போம்.

டாக்டர் முதலான சொற்களைத் தமிழில் எழுதும்போது, சிலர் டாக்டர். கரிகாலன் என எழுதுகிறார்கள். ஆங்கிலத்தில் *Dr.* என எழுதப்படுவதன் விளைவாக இந்தப் பழக்கம் வந்திருக்கக்கூடும். ஆங்கிலத்தில் *Doctor* என்பதன் சுருக்கமாக *Dr* என எழுதும்போது அதில் புள்ளி வைப்பதுண்டு. *Doctor* என முழுமையாக எழுதும்போது வைப்பதில்லை. *Dr* என்பது முழுமையான சொல் அல்ல, *Doctor* என்பதன் சுருக்கம் என்பதைத் தெரிவிப்பதற்கான அடையாளம் இது. *Jr., Sr., Mr.* போன்ற பல சுருக்கங்களுக்கும் இப்படிப் புள்ளியிடுவதுண்டு.

தமிழில் நாம் டாக்டர், மிஸ்டர், ஜூனியர் என முழுமையாக எழுதிவிடுகிறோம். எனவே, இங்கெல்லாம் புள்ளி தேவையில்லை. திருவாளர் என்பதைத் திரு என்று சுருக்கி எழுதும்போது அங்கே புள்ளிவைப்பதைக் கவனியுங்கள். சுருக்க வடிவம் வந்தால்தான் புள்ளிக்கான தேவையும் எழும். விரித்து எழுதிவிட்டால் புள்ளி தேவையில்லை. எனவே டாக்டர், மிஸ்டர், ஜூனியர் ஆகியவற்றுக்குப் புள்ளி வேண்டாம்.

பட்டியலைத் தரும்போது பட்டியல் முடிவுறவில்லை என்பதை உணர்த்தச் சில சமயம் முப்புள்ளிகளைப் (*Ellipsis*) பயன்படுத்தலாம். ஆனால், அந்தப் புள்ளிகளுடன் வாக்கியம் முடிந்துவிட வேண்டும். வாக்கியம் தொடரும் என்றால் முப்புள்ளிகள் தேவையில்லை.

எடுத்துக்காட்டு:

அங்கே பல விதமான மரங்கள் இருந்தன. வேம்பு, ஆல், மா, வாழை...

இதே வாக்கியத்தை வேம்பு, ஆல், மா, வாழை எனப் பல வித மரங்கள் அங்கே இருந்தன என்று எழுதுகையில் இடையில் முப்புள்ளிகள் (...) தேவையில்லை.

என, ஆகிய, முதலான, போன்ற என்னும் சொற்களைக் கொண்டு வாக்கியம் தொடரும் என்றால் இடையில்

காற்புள்ளியோ அரைப்புள்ளியோ முப்புள்ளிகளோ (. . .) தேவையில்லை.

சிலர் இப்படியும் எழுதுகிறார்கள்:

அவர் அங்கே வந்தபோது... அங்கே இருந்தவர்கள் எல்லாம் திக்பிரமை பிடித்ததுபோல ஆனார்கள்... காரணம்... அவர் இருந்த கோலம்!

நிகழ்ச்சிகளைச் சித்தரிக்கையில், உணர்ச்சிகளை வெளிப் படுத்த வேண்டிய நிலையில் புள்ளிகள் வாரி இறைக்கப்படுகின்றன. இவை எல்லாமே பிடுங்கியாக வேண்டிய தேவையில்லாத புள்ளிகள்தாம்.

மேற்படி வாக்கியத்தை இப்படி எழுதினால் போதும்:

அவர் அங்கே வந்தபோது அங்கே இருந்தவர்கள் எல்லாம் திக்பிரமை பிடித்ததுபோல ஆனார்கள். காரணம், அவர் இருந்த கோலம்!

ஒரு விஷயத்தைக் குறிப்புணர்த்தவோ, ஆவலைத் தூண்டவோ முப்புள்ளிகள் பயன்படுத்தலாம்.

எடுத்துக்காட்டு:

எல்லோரும் புறப்பட்டுச் சென்ற பிறகு காவலர்கள் அங்கே வந்தார்கள். அதன் பிறகு...

இந்த வாக்கியத்தில் ஆவலைத் தூண்டும் தன்மை உள்ளது. எதிர்பார்ப்பைத் தூண்டிவிட்டுப் பிறகு தகவலைச் சொல்லும் முனைப்பு இருக்கிறது. இங்கே முப்புள்ளிகளுக்கான தேவை இருக்கிறது. ஆனால், இதை ஒரு கட்டுரையிலோ அல்லது கதையிலோ அடிக்கடி பயன்படுத்தினால் அதற்கான தாக்கம் குறைந்துவிடுவதுடன் படிப்பவருக்குச் சலிப்பும் ஏற்பட்டுவிடும்.

முப்புள்ளிகளை மிகையாகவோ தேவையில்லாமலோ பயன்படுத்துவது தவறு என்று சொல்வதைவிடவும் பக்குவமான நடை அல்ல என்றுதான் சொல்ல வேண்டும்.

இரண்டு கேள்விகள்

கேள்விக்குறிகள், ஆச்சரியக்குறிகள் பற்றி ஏற்கனவே பார்த்தோம். ஒரே வாக்கியத்தில் இரண்டு கேள்விகள் வரும்போது இரண்டுக்கும் கேள்விக்குறி பயன்படுத்தக் கூடாது. கேள்விக் குறி, ஆச்சரியக்குறி, முற்றுப்புள்ளி ஆகியவை வந்தால் ஒரு வாக்கியம் அதோடு முடிந்துவிடும். எனவே காற்புள்ளியைப் பயன்படுத்த வேண்டும்.

எடுத்துக்காட்டுகள்:

காலையா, மாலையா?

ஷிகர் தவனா, கே.எல். ராகுலா?

காங்கிரஸ் கூட்டணி: திமுகவா, அதிமுகவா?

பாகுபலி 3: அனுஷ்காவா, நயன்தாராவா?

கேள்விக்குறி, ஆச்சரியக்குறி ஆகியவற்றோடு வாக்கியம் முடிந்துவிடும் என்பதை நினைவில் கொண்டால், ஒரே வாக்கியத்தில் இரட்டைக் கேள்விக்குறிகளைத் தவிர்த்துவிடலாம்.

16

நான்கு எழுத்துகள் படுத்தும் பாடு

ஒற்றெழுத்து (க், ச், த், ப்) என்பது மிகவும் சிக்கலானது. எங்கே ஒற்று வர வேண்டும், எங்கே வரக் கூடாது என்பதில் பலருக்கும் தீராத குழப்பம் உள்ளது. தமிழில் நல்ல புலமை பெற்றவர்களே சறுக்கி விழும் இடம் இதுதான். இதற்குத் தெளிவான, விரிவான விதிகள் உள்ளன. அவற்றை விளக்க முனைந்தால் இது இலக்கணப் பாடமாகிவிடும். எனவே, பொதுவான சில வழிகாட்டுதல்களை மட்டும் இங்கே பார்க்கலாம்.

அன்றாடம் நாம் எழுதும் தமிழைப் பிழையின்றி எழுத உதவுவதே இந்தப் பத்தியின் நோக்கம். நுட்பமான இலக்கண விதிகளைச் சொல்லி, பொது வாசகரை ஆயாசப்படுத்தக் கூடாது என்பது இந்தப் பத்திக்கான வரையறைகளில் ஒன்று. எனவே இங்கே குறிப்பிடப்படும் 'ஒற்று விதிகள்' பொது வாசகருக்கான மொழியிலேயே தரப்படுகின்றன.

அதாவது, இரண்டாம் வேற்றுமைத் தொகை, உருபும் பயனும் உடன் தொக்க தொகை என்பன போன்ற இலக்கண விளக்கங்கள் இங்கே இருக்காது. எது சரி, எது தவறு என்பது குறிப்பிடப்படும். கூடியவரையிலும் நேரடியாக எளிமையாகச் சொல்ல வேண்டும் என்பதே இதன் நோக்கம்.

பத்திரிகை உலக நண்பர் ஒருவர் கட்டுரை ஒன்றை அனுப்பிவிட்டு, "க், ச் போட்டு அனுப்புங்க" என்பார். ஒற்று என்றுகூடச் சொல்லமாட்டார்.

அந்த அளவுக்கு எளிமையாக, நேரடியாகச் சொல்ல வேண்டும் என்னும் நோக்கத்துடன் இங்கே ஒற்றுச் சிக்கல் கையாளப்படுகிறது.

இனி 'ஒற்று'க்குப் போகலாம்.

பின்வரும் சொற்களுக்குப் பிறகு கட்டாயமாக ஒற்று மிகும். அதாவது ஒற்றெழுத்தைப் பயன்படுத்த வேண்டும்.

அந்த, இந்த, எந்த, அதை, இதை, எதை, அவனை, அவளை, அவர்களை, அப்படி, இப்படி, எப்படி, அதற்கு, இதற்கு, எதற்கு, அவளுக்கு, அவனுக்கு, அவர்களுக்கு ...

எடுத்துக்காட்டு:

அதைக் கூறு

இதைக் காட்டு

எதைப் பற்றி

அவனைப் பார்

அவளைக் கூப்பிடு

அவர்களைத் தவிர்க்கலாம்

அப்படிக் கூறினார்

இப்படிப் பேசக் கூடாது

எப்படிப் பார்த்தாலும் தவறுதான்

அதற்குப்போய் அலட்டிக்கொள்ளலாமா

இதற்குத்தானே ஆசைப்பட்டாய்

எதற்குச் சொல்கிறாய்

அவளுக்குத் தெரியுமா

அவனுக்குக் கிடைக்குமா

அவர்களுக்குச் சொல்லிவிடு

ஒற்று மிகாத இடங்கள்

ஒற்று மிகாத என்றால் ஒற்றெழுத்து வராத என்று எளிமையாகப் புரிந்துகொள்ளலாம்.

தந்த, வந்த, கிடைத்த, கொழுத்த, பருத்த, தேர்ந்தெடுத்த, கருத்த, வெளுத்த, தராத, பார்த்த, பார்க்காத ஆகிய சொற்களுக்குப் பின் ஒற்று மிகாது.

ஒரு சொல் கேளீர்!

தந்தபோது, வந்தபோது, கிடைத்த பிறகு, பருத்த கோழி, கொழுத்த பன்றி, தேர்ந்தெடுத்த கடை

நல்ல, கெட்ட, அழகிய ஆகிய சொற்களுக்குப் பிறகும் ஒற்று மிகாது.

நல்ல பெட்டி, கெட்ட பழம், அழகிய கண்ணாடி

முக்கியமான, அவசரமான என்பன போன்ற சொற்களுக்குப் பிறகும் ஒற்று மிகாது.

'ஆன' என்று முடியும் சொற்களுக்குப் பிறகு ஒற்று மிகாது. ஆனால் 'ஆக' என்று முடியும் சொற்களுக்குப் பிறகு ஒற்று மிகும்.

எடுத்துக்காட்டு:

முக்கியமான புத்தகம்

அவசரமான காரியம்

தவறான கருத்து

முக்கியமாகச் சொன்னார்

அவசரமாகக் கடந்தார்

தவறாகக் குறிப்பிட்டார்

முக்கிய என்னும் சொல்லுக்குப் பின் வல்லின எழுத்து வந்தால் ஒற்று மிகும்.

முக்கியக் காரணம், முக்கியப் பாடம்...

முக்கியமான என்று எழுதினால் ஒற்று போடக் கூடாது.

பெயர்ச் சொற்கள் இணைதல்

இரண்டு பெயர்ச் சொற்கள் இணையும்போது ஒற்று மிகும்.

சங்கத் தமிழ்

மாநகரக் காவல்

சென்னைக் குடிநீர்

ஆகாயத் தாமரை

கலைச் சொற்கள்

பாடப் புத்தகம்

கடைத்தெரு

கடைக்குட்டி
புலிக்குட்டி
ஆட்டுக்குட்டி
கன்றுக்குட்டி
கடலோரக் கவிதைகள்
மாற்றுத் திறனாளி
குற்றப் பத்திரிகை
செய்தித் தொகுப்பு

17

ஒற்றுத் தலைவலி

அடிக்கடி நாம் பயன்படுத்தக்கூடிய சில சொற்களைப் பார்ப்போம்.

எடுத்துக்கொண்டு, பார்த்துக்கொண்டு கேட்டுக்கொண்டு போன்ற சொற்களில் ஒற்று மிகும்.

வந்துகொண்டு, சென்றுகொண்டு, தந்துகொண்டு போன்றவற்றில் மிகாது.

எடுத்து, பார்த்து, கேட்டு

ஆகிய சொற்களில் வல்லினம் இருப்பதைக் கவனியுங்கள்.

தந்து, மென்று, சென்று ஆகியவற்றில் மெல்லினம் இருப்பதைக் கவனியுங்கள்.

வல்லினம் வரும்போது ஒற்று மிகும். மெல்லினம் வரும்போது மிகாது.

இது பொது விதி.

கூட, கூடும், கூடாது, போல, போது, பிறகு என்று, என, இவ்வாறு... பின், போன்ற எனச் சில சொற்கள் அடிக்கடி பயன்படுத்தப்படுகின்றன. இவற்றுக்கு ஒற்று மிகுமா, மிகாதா என்று பார்ப்போம்.

ஒற்று மிகும் சொற்கள்

அதைக்கூட, அவருக்குக்கூட,
சொல்லக்கூடும், இருக்கக்கூடும்,
பார்க்கக் கூடாது, செய்யக் கூடாது,
எனச் சொன்னாள்

அதைப் போல
செய்வதற்குப் பிறகு
கொடுத்ததற்குப் பிறகு
வந்ததற்குப் பின்
அதைப் போன்று

ஒற்று மிகாத சொற்கள்

அதுகூட, ஒன்றுகூட,
அதுபோல, பார்த்தபோது
செய்த பிறகு
கொடுத்த பின்
என்று சொன்னாள்
இவ்வாறு தெரிவித்தார்
போன்ற செயல்கள்
அதுபோன்ற

மேலே உள்ள உதாரணங்களில் ஒரு விஷயத்தைக் கவனித்திருப்பீர்கள். அதுபோல, தந்த பிறகு, ஆகியவற்றில் ஒற்று மிகாது.

அதைப் போல, தந்ததற்குப் பிறகு என்று வரும்போது ஒற்று மிகும்.

இந்த இரண்டு உதாரணங்களையும் வாய்விட்டுச் சொல்லிப்பாருங்கள்; வித்தியாசம் புரியும். இதேபோன்ற பிற சொற்கள் விஷயத்திலும் முடிவெடுக்க உதவும்.

குழப்பம் வரக்கூடிய சொற்கள்

சிறைப்பிடித்தல், கடைப்பிடித்தல் இந்த இரு சொற்களிலும் ஒற்று மிகும். ஒற்று இல்லாவிட்டால் கடை – பிடித்தல், சிறை – பிடித்தல் எனத் தனித்தனியாகப் பிரிந்து வேறு பொருள் தந்துவிடும்.

கைப்பிடி –இதில் 'ப்' இல்லாவிட்டால் கையைப் பிடிப்பதாகப் பொருள் வரும் 'ப்' வரும்போது handle என்ற பொருள் வரும்.

போடக் கூடாத இடங்கள்

ஒற்று போட வேண்டிய இடங்களில் போடாவிட்டாலும் பரவாயில்லை. போடக் கூடாத இடங்களில் வந்துவிடக் கூடாது. அது வாசிப்புக்கு மிகுந்த இடைஞ்சலை ஏற்படுத்தும்.

ஒரு சொல் கேளீர் !

எடுத்துக்காட்டு:

வந்தப்போது, தந்தப் பிறகு, பார்த்தப் பின்னால், கேட்டக் கதை, ஆணைப் பிறப்பித்தார் – இந்தச் சொற்களில் ஒற்று மிகாது.

வந்தபோது, கேட்ட கதை, ஆணை பிறப்பித்தார் என்று ஒற்று இல்லாமல் எழுத வேண்டும்.

ஈறுகெட்ட எதிர்மறைப் பெயரெச்சம்

ஈறுகெட்ட எதிர்மறைப் பெயரெச்சம் என்பதைக் கேள்விப்பட்டிருப்பீர்கள் இலக்கண விளக்கத்தைத் தவிர்க்க வேண்டும் என்று நினைத்தாலும், மிகவும் பிரபலமான இலக்கண விதி என்பதால் இது குறிப்பிடப்படுகிறது. ஒரு பெயர்ச் சொல்லுக்கு முன்பு எதிர்மறையான சொல் வரும் என்று இதை எளிமையாகப் புரிந்துகொள்ளலாம். இத்தகைய வாக்கியங்களில் ஒற்று மிகும்.

எடுத்துக்காட்டு:

வாராக் கடன், குறையாச் செல்வம், மீளாத் துயில், நம்பிக்கையில்லாத் தீர்மானம்

சொல்லிப்பார்த்தால் புரியும்

பொதுவாகவே வாய்விட்டுச் சொல்லிப்பார்த்தால் ஒற்று மிகுமா, மிகாதா என்பதைப் பெரும்பாலும் புரிந்துகொண்டு விடலாம். கீழ்க்கண்ட வாக்கியங்களைச் சொல்லிப் பாருங்கள்:

வாய்விட்டு கதறினான்

கூட்டி சென்றான்

காதலை சொல்ல

மேசையை தட்டினான்

முதன்மையான படம்

தவறு புரிந்தோர்

வருகை தந்தார்.

இவற்றைச் சொல்லிப்பாருங்கள். எதில் இயல்பாக ஒற்று வருகிறது, எதில் வரவில்லை என்பதைக் கவனியுங்கள்.

முதல் நான்கு வாக்கியங்களில் ஒற்று மிகும். அடுத்த மூன்றில் மிகாது. சொல்லிப்பார்த்து இவற்றைச் சரியாக உங்களால் சொல்ல முடிந்ததா?

18

விதிகளும் விதிவிலக்குகளும்

ஒற்று விஷயத்தில் மேலும் சில முக்கியமாக விதிகள், பொதுவாக நிகழக்கூடிய பிழைகள், விதிவிலக்குகள் ஆகியவற்றைப் பார்க்கலாம்.

ஏகாரம் ஓகாரம் ஆகிய ஒலிகளில் முடியும் சொற்களுக்குப் பின்னால் ஒற்று மிகாது.

எடுத்துக்காட்டு:

எங்கோ போனான்

அங்கே பார்த்தாள்

அவனே தந்தான்

அதோ போகிறது

இப்படி ஓ, ஏ ஆகிய ஒலிகளில் முடியும் எந்தச் சொல்லுக்கும் ஒற்று வராது.

ஒலி மயக்கம்

அதைக் கொண்டுவா

அவனைக் கூப்பிடு

அவற்றைப் பார்

இதுபோன்ற தொடர்களில் கட்டாயம் ஒற்று மிகும். சிலர் இதிலுள்ள ஓசையை மட்டும் எடுத்துக்கொண்டு இதேபோன்ற ஓசை வரும் பிற சொற்களுக்கும் ஒற்று போட்டுவிடுகிறார்கள். இந்தத் தவறுக்கான சில எடுத்துக்காட்டுகளைப் பார்ப்போம்:

மாத்திரைத் தா

குதிரைக் கனைத்தது

அத்தைக் கூப்பிட்டார்.

மருத்துவமனைப் பார்

இவை எல்லாமே தவறுகள்தாம். ஆனால், பலரும் இந்தத் தவறுகளைச் செய்கிறார்கள். ஏன் செய்கிறார்கள்?

அதை, இதை, அவரை, இவரை, அவளை, அவனை போன்ற சொற்களுக்குப் பின்னால் ஒற்று மிகும். இதைக் கவனிக்கும் சிலர், ஐகாரத்தில் (ஐ என்னும் ஓசையில்) முடியும் சொற்களுக்கு ஒற்று போட்டுவிடுகிறார்கள்.

ஐகாரத்தில் முடியும் அதை, இதை முதலான சொற்களைச் சற்றுக் கூர்ந்து கவனித்தால் இந்தப் பிழை நேராது.

அது + ஐ = அதை

அவர் + ஐ = அவரை

அது என்பது அதை ஆகவும் அவர் என்பது அவரை ஆகவும் மாறுவதால் அங்கே ஒற்று பயன்படுத்தப்படுகிறது. அதைக் கொண்டுவா, அவரைக் கூப்பிடு என்று ஒற்று பயன்படுத்தி எழுதுகிறோம்.

மாத்திரை என்பது மாத்திர் + ஐ அல்ல. மாத்திரை என்பதுதான் அந்தச் சொல்லின் முழு வடிவம். எந்த எழுத்தும் கூடுதலாகச் சேர்ந்து அது அந்த வடிவத்தைப் பெறவில்லை. எனவே மாத்திரை என்பதை அவனை என்பதுபோல எடுத்துக் கொள்ளக் கூடாது.

குதிரை, அத்தை, மருத்துவமனை ஆகிய சொற்களை,

குதிர் + ஐ, அத் + ஐ, மருத்துவமன் + ஐ என்றெல்லாம் பிரிக்க முடியாது அல்லவா?

அவனை, அதை, அவர்களை, உரலை ஆகிய சொற்களை,

அவன் +ஐ, அது + ஐ, அவர்கள் + ஐ, உரல் + ஐ எனப் பிரிக்க முடியும்.

எனவே, இவையிரண்டும் ஒன்றல்ல. இதைப் புரிந்துகொண் டால் தேவையற்ற ஒற்றுகளைத் தவிர்த்துவிடலாம்.

பார்த்துக்கொள்

கேட்டுச் சொல்

எடுத்துக் கொடு

இந்த மூன்று தொடர்களிலும் முதல் சொல் (நிலை மொழி) உ என்னும் ஒலியில் முடிகிறது.

அது, இது, பாட்டு, மாடு என 'உ' என்னும் ஒலியில் முடியும் சொற்களை இவற்றைப் போலக் கருதி ஒற்று போடக்கூடாது.

பார் என்பது பார்த்து என மாறுகிறது.

கேள் என்பது கேட்டு என மாறுகிறது.

எடு என்பது எடுத்து என மாறுகிறது.

மாடு, பாட்டு, பல்லக்கு ஆகியவை எதன் சேர்க்கையும் இல்லாமல் 'உ' என்னும் ஒலியில் முடிகின்றன.

முதல் ரகத்தில் உள்ள சொற்கள் ஒரு சொல்லுடன் வேறொரு கூறு இணைவதால் உருவாகின்றன.

இரண்டாவது ரகத்தில் உள்ள சொற்களில் அப்படி எந்தக் கலவையோ இணைப்போ ஏற்படவில்லை. அவையாவும் தம்மளவிலேயே அவன், மண், போர் என்பதுபோலத் தனிச் சொல்லாக இருக்கின்றன.

கவனத்தில் கொள்க:

தனிச் சொல்லுடன் ஐ, ஆல், ஓடு, உடன், க்கு முதலான வேற்றுமை உருபுகள் சேர்ந்தால் ஒற்று போட வேண்டும்.

தனிச் சொல்லே ஐ, உ, ஆல் முதலான ஓசைகளில் முடிந்தால் அவற்றை இப்படிக் கையாளக் கூடாது.

விதிவிலக்குகள்

திரைப்படங்கள், மனிதர்கள், அமைப்புகள் ஆகிய பெயர்களை எழுதும்போது, இவற்றோடு சம்பந்தப்பட்டவர்கள் எப்படி எழுதுகிறார்களோ அப்படியே எழுத வேண்டும். அங்கே நமது இலக்கண அறிவைக் காட்டக்கூடாது.

எடுத்துக்காட்டு:

கல்யாண பரிசு என்பதைக் கல்யாணப் பரிசு என்று எழுதுவதே சரி. ஆனால் இந்தத் திரைப்படத்தை எடுத்தவர்கள் ஒற்றினைப் பயன்படுத்தவில்லை. இந்தப் படத்தின் தலைப்பை எழுதும்போது நாமும் பயன்படுத்தக் கூடாது.

இதய கோயில், மின்சார கண்ணா ஆகிய படங்களுக்கும் இது பொருந்தும். இந்தப் படங்களைப் பற்றி எழுதும்போது

இதயக் கோயில், மின்சாரக் கண்ணா என ஒற்று பயன்படுத்தி எழுதக் கூடாது.

ரவிக்குமார், செல்வகுமார், முத்துக்குமார் ஆகிய பெயர்களை அந்த நபர்கள் எப்படி எழுதுகிறார்களோ அப்படியே எழுத வேண்டும்.

லெனின் தொழிலாளர் நல பேரவை என்று ஓர் அமைப்பின் பெயர் இருக்கலாம். நலப் பேரவை என்பதுதான் சரி. ஆனால், அவர்களுடைய அதிகாரபூர்வ ஆவணங்களில் நல பேரவை என ஒற்று இல்லாமல் எழுதப்பட்டிருந்தால் நாம் அதை மாற்ற வேண்டியதில்லை.

கவனத்தில் கொள்க

எங்கே ஒற்று மிகும், எங்கே மிகாது என்பதற்கான விதிகள் தமிழ் இலக்கணத்தில் தெளிவாக உள்ளன. பெயரெச்சம், வினையெச்சம், ஈறுகெட்ட எதிர்மறைப் பெயரெச்சம், உருபும் பயனும் உடன்தொக்க தொகை, மென்தொடர்க் குற்றியலுகரம், வன்தொடர்க் குற்றியலுகரம் எனப் பலப் பல விதிகள் உள்ளன. அந்த விதிகளில் எதுவும் இங்கே குறிப்பிடப்படவில்லை. காரணம், இது இலக்கண நூல் அல்ல. இங்கே நாம் இலக்கணப் பாடமும் நடத்தவில்லை.

ஒற்று என்பதற்கான விதிகள் விரிவானவை. நுட்பமானவை. அவற்றை முழுமையாகத் தெரிந்துகொள்ள வேண்டுமானால் இலக்கண நூல்களையும் ஆசிரியர்களையும் நாட வேண்டும். இங்கே தந்திருப்பதெல்லாம் அடிக்கடி நாம் எதிர்கொள்ளக் கூடிய சில எடுத்துக்காட்டுகள் மட்டுமே. இவற்றை அடிப்படையாகக் கொண்டு 'ஒற்று' சார்ந்த நுட்பங்களைக் கற்க நாம் முயல வேண்டும்.

19

சுருக்கெழுத்துக்கள்

சுருக்கெழுத்துக்கள் ஊடக மொழியில் அதிகம் பயன்படுத்தப்படும். கட்சி அல்லது அமைப்பின் பெயரை ஒருமுறை முழுமையாக எழுதிவிட்டு அடைப்புக் குறிக்குள் அதன் சுருக்க வடிவத்தைத் தர வேண்டும். அதன் பிறகு அந்தச் சுருக்க வடிவத்தை மட்டும் பயன்படுத்தினால் போதும்.

திருணமூல் காங்கிரஸ் (தி.கா.)

ராஷ்டிர ஜனதா தளம் (ரா.ஜ.த.)

ஐக்கிய முற்போக்குக் கூட்டணி (ஐ.மு.கூ.)

அதன் பிறகு இந்தக் கட்சிகளைக் குறிப்பிடும் போது தி.கா. ஐ.மு.கூ., ரா.ஜ.த. என்றே குறிப்பிடலாம்.

சில அமைப்புகளின் பெயர்கள் ஆங்கிலத்தி லிருந்து தமிழில் மொழிபெயர்க்கப்படும். உதாரணமாக, *Central Buero of Investigation (CBI).* என்பதை மத்தியப் புலனாய்வு நிறுவனம் என மொழிபெயர்க்கலாம். ஆனால், ம.பு.நி. என்று இதைச் சுருக்கக் கூடாது. யாருக்கும் புரியாது. சி.பி.ஐ. என்றே எழுதலாம். இது செய்தித்தாள், இதழ்கள் படிக்கும் அனைவருக்கும் தெரியும்.

எடுத்துக்காட்டு:

மத்தியப் புலனாய்வு நிறுவனத்தின் (சி.பி.ஐ.) அதிகாரிகள் இந்த வழக்கை விசாரிப்பதற்காக நேற்று (ஆகஸ்ட் 18) சென்னைக்கு வந்தனர். இந்த வழக்கு சி.பி.ஐ.க்கு மாற்றப்பட்ட பிறகு நடக்கும் முதல் விசாரணை இது என்பது குறிப்பிடத்தக்கது.

ISRO, UNESCO, UNISEF முதலான அமைப்புகளுக்கும் இது பொருந்தும். இந்த அமைப்புகளை இஸ்ரோ, யுனெஸ்கோ, யூனிசெஃப் என எழுதுவதே நல்லது. முதலில் குறிப்பிடும்போது மட்டும் இந்த அமைப்புகள் பற்றிய விளக்கத்தைக் கொடுத்துவிட்டுப் பிறகு இஸ்ரோ, யுனெஸ்கோ, யூனிசெஃப் என எழுதலாம்.

எடுத்துக்காட்டு:

இந்திய விண்வெளி ஆராய்ச்சி அமைப்பு (இஸ்ரோ) அடுத்த மாதம் புதிய ராக்கெட்டை விண்ணில் ஏவத் திட்டமிட்டுள்ளது. இது இஸ்ரோ ஏவும் 100ஆவது ராக்கெட் ஆகும்.

Election Commission என்பதை ஆங்கிலத்தில் *EC* எனச் சுருக்குவார்கள். ஆனால், தமிழில் ஈ.சி. என எழுதினால் புரியாது. தேர்தல் ஆணையம் எனத் தமிழில் எழுத வேண்டும். இதை தே.ஆ. எனவும் சுருக்கக் கூடாது. காரணம், அது மக்களிடையே புழக்கத்தில் இல்லாததால் புரியாது. பதிலாக, முதலில் தேர்தல் ஆணையம் என்றும் பிறகு வரும் இடங்களில் ஆணையம் என்று எழுதினால் அந்தக் கட்டுரை / செய்தியின் பின்புலத்தில் வாசகர்கள் புரிந்துகொள்வார்கள்.

அதே கட்டுரையில் வேறு ஏதேனும் ஆணையம் (மனித உரிமை ஆணையம்) பற்றிய குறிப்பு வந்தால் அதைத் தெளிவாகக் குறிப்பிட்டுவிட வேண்டும். ஒன்றுக்கு மேற்பட்ட ஆணையங்கள் வரும் கட்டுரை / செய்தியில் ஆணையம் என்பதை மட்டும் பயன்படுத்துவதைத் தவிர்க்க வேண்டும்.

Election Commission, Niti Aayog, Parliamentary Committee எனப் பல அமைப்புகளுக்கும் ஆங்கிலத்தில் *EC, NA, PC* என்று சுருக்கெழுத்துக்களைப் பயன்படுத்துவார்கள். *There Is No Alternative* (மாற்று இல்லை) என்பதைக்கூட *TINA* எனச் சுருக்கி விடுவார்கள். தமிழில் அதை அப்படியே பயன்படுத்துவது அபத்தமாக இருக்கும். "மாற்று இல்லை என்னும் காரணத்தால்" என்று விளக்கி எழுதுவதே தமிழுக்குப் பொருத்தமானது.

பிரபலமான கட்சிகளின் பெயர்களை எழுதும்போது திமுக, அதிமுக, பாமக, மதிமுக, பாஜக போன்ற சுருக்கெழுத்துக்களைத் தாராளமாகப் பயன்படுத்தலாம். ஏனென்றால் இவை அனைவருக்கும் தெரியும். முதலில் குறிப்பிடும்போது திராவிட முன்னேற்றக் கழகம் என்று எழுத வேண்டும் என்னும் அவசியம்கூட இல்லை. இவை அந்த அளவு பிரபலம்.

காங்கிரஸ் கட்சியை காங். என்று சுருக்கலாம். ஆனால், காங்.கிடம், காங்.குக்கு என்றெல்லாம் எழுதினால் படிக்க

நன்றாக இராது. எனவே காங்கிரசிடம், காங்கிரசுக்கு என்றே எழுதலாம்.

அவ்வளவாக அறிமுகமாகியிராத, பிரபலமாகியிராத கட்சிகளுக்குத்தான் முதலில் முழுப் பெயரையும் கொடுத்துவிட்டுப் பிறகு சுருக்கெழுத்தைப் பயன்படுத்த வேண்டும். அதிமுக, திமுக போன்ற கட்சிகளுக்கு அல்ல.

Congress Working Committee என்பதை CWC என்று ஆங்கிலத்தில் சுருக்குவார்கள். தமிழில் காங்கிரஸ் செயற்குழு என்றுதான் எழுத வேண்டும்.

சுருக்கெழுத்துக்கள் வாசகருக்கு இணக்கமாக இருக்க வேண்டும். அந்நியப்படுத்தக் கூடாது. வாசிப்பை எளிதாக்க வேண்டும். கடினமாக்கிவிடக் கூடாது.

மனித உரிமை ஆணையம், கடலோரக் காவல்படை ஆகியவற்றுக்குச் சுருக்கெழுத்துக்களைப் பயன்படுத்தினால் எளிதில் புரியாது என்பதால் தவிர்த்துவிடலாம்.

சுருக்கெழுத்துகளும் புள்ளிகளும்

திமுக, அதிமுக, எம்ஜிஆர், சிபிஐ, ஐடி, ஐநா போன்ற மிகப் பிரபலமான சுருக்கெழுத்துக்களைப் பயன்படுத்துகையில் எழுத்துகளுக்கிடையில் புள்ளி தேவையில்லை. புள்ளி, காற்புள்ளி போன்ற நிறுத்தக்குறிகள் நாம் சொல்ல வருவதை எளிதில் புரியவைப்பதற்குத்தான் இருக்கின்றனவே தவிர, அவை கட்டாயம் அல்ல. திமுக என்பதை வேறு மாதிரிப் புரிந்துகொள்ள வாய்ப்பே இல்லை என்பதால் புள்ளி தேவையில்லை.

புள்ளிகளை முழுமையாக வைத்தல்

புதிய சுருக்கெழுத்துக்களைப் பயன்படுத்தும்போது புள்ளிகள் தேவை. புள்ளி வைத்த சுருக்கெழுத்துக்களுடன் வேற்றுமை உருபு சேரும்போதும் புள்ளிகளை முழுமையாக வைக்க வேண்டும்.

எம்.என்.பி.க்கு இந்தத் தேர்தலில் கூடுதல் வாக்குகள் கிடைத்தன.

எம்.எல்.ஏ.க்களிடையே பேசும்போது அவர் குறிப்பிட்டார்.

எம்.பி.க்களின் சம்பளம் அதிகரிக்கப்பட்டுள்ளது.

கி.ரா.வுக்கு ஞானபீட விருது அளிக்க வேண்டும் என்னும் கோரிக்கை எழுந்துள்ளது.

சிலர் கடைசி சுருக்கெழுத்துக்குப் பக்கத்தில் இருக்கும் புள்ளியை நீக்கிவிடுவார்கள். வேற்றுமை உருபு இயல்பாக அந்தச் சொல்லுடன் சேர வேண்டும் என்பது இதன் காரணமாக இருக்கலாம். ஆனால், இதில் ஒரு சிக்கல் இருக்கிறது.

வெங்கட் சாமிநாதன் என்னும் பெயரை வெ.சா. என்று சுருக்கலாம். லால்குடி சப்தரிஷி ராமாமிர்தம் என்னும் பெயரை லா.ச.ரா. என்று சுருக்கலாம். கி.ராஜநாராயணனை கி.ரா., சங்கர் மாதவனை ச.மா.

இந்தச் சொற்களுடன் வேற்றுமை உருபு சேரும்போது புள்ளி இல்லாவிட்டால் என்ன ஆகிறது என்று பாருங்கள்:

வெ.சாவுக்கு, லா.சராவுக்கு, கி.ராவுக்கு, ச.மாவுக்கு ...

என்று எழுத வேண்டியிருக்கும். வெ. என்னும் எழுத்துக்குப் பிறகு சாவுக்கு என வருகிறது அல்லவா?

அதேபோல, ராவுக்கு, மாவுக்கு என்று வருகிறது. இந்தச் சொற்களின் பொருள்கள் இந்த இடத்தில் நெருடலைத் தரக்கூடும். வெ.சா.வுக்கு என்று எழுதினால் இந்தச் சிக்கலைத் தவிர்க்கலாம்.

பட்டியல்

புள்ளிகளுடன் கூடிய சுருக்கெழுத்துக்களைப் பட்டியலாகத் தரும்போது காற்புள்ளியைப் (,) பயன்படுத்த வேண்டும். அப்படிப் பயன்படுத்தும்போது, புள்ளி வைத்த பிறகே காற்புள்ளியைப் பயன்படுத்த வேண்டும்.

சுப.வீ., வெ.சா., மா.சு. ஆகியோர் என்று எழுத வேண்டும்.

கவனத்தில் கொள்க:

சுருக்கெழுத்துகள் என்பவை வாசிப்பை எளிமையாக்குவதற்காகத்தான் இருக்கின்றன. வாசகருக்குக் குழப்பம் வராத வகையில் விஷயத்தைச் சொல்வதே முக்கியம். இதை மனதில் கொண்டு புள்ளிகள், காற்புள்ளிகள் ஆகியவற்றைப் பயன்படுத்த வேண்டும்.

20

அடிக்கடி பயன்படுத்தப்படும் சில சொற்கள்

தகறாறு தகராறு: எது சரி?

அடிக்கடி பயன்படுத்தும் சில சொற்களைச் சரியாக எழுதுவது எப்படி என்று பார்ப்போம்.

பிரச்சினை: வடமொழியில் முத்ரா, பத்ரா, சித்ரா என்றெல்லாம் வரும் சொற்களை, முத்திரை, பத்திரம், சித்திரம் என்று தமிழ் ஒலிப் பண்புக்கு ஏற்ப எழுதுவோம். அதுபோலவே ப்ரச்ன என்னும் சொல்லைத் தமிழ் ஒலிப் பண்புக்கு ஏற்ப பிரச்சினை என எழுத வேண்டும்.

பொறுமல்: இதைப் பலரும் பொருமல் என எழுதுகிறார்கள். வல்லினம் பயன்படுத்திப் பொறுமல் என எழுதுவதே சரி.

இதேபோலத்தான் ஆச்சரியம், வீரியம் ஆகிய சொற்களையும் எழுத வேண்டும். சூர்யன் என எழுதுவதில்லை அல்லவா? அதே வழக்கத்தின் அடிப்படையில் ஆச்சரியம், வீரியம் என 'இகரம்' பயன்படுத்தி எழுதுவதே தமிழ் ஒலிப்பண்புக்கு ஏற்றது.

சுமுகம் என்பது சரி. சுமூகம் என்பது தவறு.

சு + முகம் = சுமுகம். அதாவது, நன்முகம், இணக்கம் என்று பொருள்.

பத்திரிகை என்பது சரி. பத்திரிக்கை என்று 'க்' சேர்த்து எழுத வேண்டாம்.

கறுப்பு என்றுதான் எழுத வேண்டும். கறுப்பு, கறுப்பர் என வல்லினம் (று) பயன்படுத்தி எழுதுவதே சரி.

கருமை, கரிய, கருத்த என்று வரும்போது இடையினம் (ரு) பயன்படுத்தி எழுத வேண்டும்.

சிகப்பு என எழுதுவதற்குப் பதில் சிவப்பு என்றே எழுதலாம் (சிவப்பு, சிவந்த, செவத்த ...)

விபரம் என்பதைத் தவிர்த்து விவரம் என எழுதலாம். புள்ளிவிவரம் என்னும் சொல்லுக்கும் இது பொருந்தும்.

புள்ளிவிவரம் என்னும் சொல்லைச் சேர்த்து ஒரே சொல்லாகவே எழுத வேண்டும்.

தற்கொலை செய்துகொண்டார், திருமணம் செய்துகொண்டார் என்று எழுத வேண்டும்...

தற்கொலை செய்தார், திருமணம் செய்தார் என எழுதுவது தவறு.

கொலை செய்தார், விவாகரத்து செய்தார் என்று எழுதலாம். ஆனால், தற்கொலை, திருமணம் ஆகியவற்றைச் செய்து கொண்டார் என்றுதான் எழுத வேண்டும்.

தொலைபேசி என்பதே சரி. தொலைப்பேசி என்பது தவறு.

பொறுத்தவரை என்பது சரி. பொருத்தவரை என்பது தவறு.

அர்ஜுன் என்பது சரி. அர்ஜூன் என்பது தவறு.

ராஜு – சரி. ராஜூ – தவறு.

இவை என்பது சரி. இவைகள் என்பது தவறு.

சுவரை என்றே எழுத வேண்டும். சுவற்றை என்பது தவறு

கானல் நீர் என்பதைச் சிலர் இப்போதெல்லாம் காணல் நீர் என எழுதுகிறார்கள்.

காலனி (Colony) என்பதைக் காலணி என்று எழுதுகிறார்கள். காலணி என்றால் செருப்பு என்று பொருள். காலனி என்பது தமிழ்ச்சொல்லே அல்ல.

ஆவண செய்ய வேண்டும் என்பது தவறு. ஆவன செய்ய வேண்டும் என்பது சரி.

தகராறு என்பதில் வரும் மூன்றாவது எழுத்து இடையினமா (ரா) வல்லினமா (றா) எனச் சிலருக்குக் குழப்பம்.

சின்னத் தகராறாக இருந்தால் சின்ன ர போடுங்கள், பெரிய தகராறாக இருந்தால் பெரிய ற போடுங்கள் என்று பழைய நகைச்சுவைத் துணுக்கு ஒன்று சிலருக்கு நினைவு இருக்கலாம்.

இடையில் வருவது இடையினம்தான். தகராறு என்பதே சரி.

கறாராக என்பதைச் சிலர் கராறாக என எழுதுகிறார்கள். இதன் வேர்ச் சொல்லை எழுதிப் பார்த்தால் தவறு விளங்கிவிடும்.

சில்லறை, சில்லரை ஆகிய இரண்டில் எது சரி என்பதற்குத் தெளிவான பதில் இல்லை. இரண்டுமே வழக்கில் இருக்கிறன. இரண்டுமே சென்னைப் பல்கலைக்கழகத் தமிழகராதியிலும் இருக்கின்றன. இரண்டில் ஒன்றை மட்டும் சரி என்று சொல்லிவிட முடியாத நிலை உள்ளது. எனவே இவற்றில் ஏதேனும் ஒன்றை வைத்துக்கொள்ளலாம். ஆனால், ஏதேனும் ஒன்றைச் சீராகப் பயன்படுத்துவதே முறையானது.

சில்லறை என்பதே பெருவழக்காக, பலரும் பயன்படுத்தும் வழக்காக இருப்பதால் அதையே நாம் வைத்துக்கொள்ளலாம்.

நியாபகம் என்று சிலர் எழுதுகிறார்கள். ஞாபகம் என எழுதுவதே சரி. நியாயம், ஞாபகம் ஆகிய இரண்டுமே வடமொழிச் சொற்கள்தாம். இரண்டின் முதல் எழுத்தும் வேறு வேறு.

முதலாவது ந்யா, இரண்டாவது க்ஞா. முதலாவதைத் தமிழ் ஒலிப் பண்புக்கு ஏற்ப 'நியா' என்றும் இரண்டாவதை 'ஞா' என்றும் எழுதுகிறோம்.

ஆகவே, நியாயம், ஞாபகம் ஆகியவையே சரியான வடிவங்கள்.

உத்திரவாதம் என்பது தவறு. உத்தரவாதம் என்பதே சரி.

Police என்பதை போலீஸ் என நெடில் பயன்படுத்தி எழுதலாம். சொல்லும்போது இயல்பாக நெடில் வருவதால் இதைப் பின்பற்றலாம்.

முஸ்லீம் அல்ல. முஸ்லிம் என்பதே சரி.

உளமார, மனதார, நினைவுகூர்ந்து...

மேலே உள்ள மூன்று சொற்களுக்கும் இடையின 'ர'கரம்தான் வரும்.

ஆர்ந்து என்பது ஆழமான என்னும் பொருள் கொண்ட சொல். அந்தச் சொல்தான் மனமார, உளமார என்னும் சொற்களில் பின்னொட்டாகச் சேர்கிறது. எனவே 'ர' பயன்படுத்த வேண்டும்.

நினைவுகூர் என்பது நினைவுபடுத்திக்கொள்வது. நினைவு கூறு என்பது நினைவைச் சொல்வது.

கூர்த்தல் என்பது மிகுத்தல் எனப் பொருள்படும். கூறுதல் என்பது சொல்லுதல் என்னும் பொருள்படும். ஒரு தலைவரை அல்லது ஒரு நிகழ்வை நினைவுகூர்தல் என்பது அத்தலைவர் அல்லது நிகழ்வின் முக்கிய அம்சங்களைக் கூடுதலாகச் சொல்வது. எனவே நினைவுகூர்தல் / நினைவுகூர்ந்தார் / நினைவுகூரத்தக்கது என்றே எழுத வேண்டும்.

21

சறுக்கிவிடும் சொற்கள்

ழ என்னும் எழுத்தை உச்சரிக்க இயலாமல், பழம் என்பதைப் பளம் என்று சொல்வோர் உண்டு. இது குறித்த உறுத்தல் காரணமாகவோ என்னமோ தெரியவில்லை, இப்போதெல்லாம் தேவையில்லாத இடங்களில் ழ பயன்பாடு அதிகரித்துவருகிறது. பொலிவுடன் என்பதைப் பொழிவுடன் என்று சிலர் எழுதுவதைப் பார்க்க முடிகிறது. சுவரொட்டிகளில் "புதிய பொழிவுடன்" எனக் குறிப்பிட்டுப் பழைய படங்கள் வெளியிடப்படுகின்றன. களிப்பு, சுளிப்பு ஆகிய சொற்கள் கழிப்பு, சுழிப்பு என எழுதப்படு கின்றன.

வம்சாவழி என்பது தவறு. வம்சாவளி என்பதே சரி. வம்ச வழியாக வருவது என்னும் பொருளில் சிலர் வம்சாவழி என்னும் சொல்லைப் பயன்படுத்து கிறார்கள். இது வட மொழிச் சொல். வம்ச + ஆவளி = வம்சாவளி. தீபாவளி, நாமாவளி போல வம்சாவளி. ஆவளி என்றால் வரிசை, தொடர்ச்சி என்று பொருள்.

எந்தச் சொற்கள் எல்லாம் இப்படித் தவறாக எழுதப்படுகின்றன என்னும் பட்டியலைத் தயாரிப்பது கடினம். எனவே ழ, ள பயன்பாட்டைக் கவனமாகக் கையாள்வது நல்லது என்றுதான் சொல்லமுடியும். ஐயம் இருந்தால் அகராதியைப் பார்க்கலாம். இணையத்திலும் அகராதிகள் கிடைக்கின்றன.

'ழ' மட்டுமின்றி வேறு சில எழுத்துகளும் தவறாகப் பயன்படுத்தப்படுகின்றன. எடுத்துக்காட்டாக, பதட்டம் என்பது தவறு. பதற்றம் என்பதே சரி. பதறுதல் என்னும் சொல்லிலிருந்து வருவது இது. எனவே பதற்றம்.

மருவிவருதல், மருகுதல் ஆகியவற்றுக்கு இடையின 'ர' பயன்படுத்த வேண்டும்.

பொரித்தல், பொறித்தல் ஆகிய சொற்களில் உள்ள 'றி', 'ரி' வேறுபாட்டின் பொருளை அறிந்து பயன்படுத்த வேண்டும்.

பொன்னெழுத்துக்களால் பொறிக்கப்படும்

கல்வெட்டில் பொறித்துவைத்த வாசகங்கள்

அப்பளம் பொரித்துவை

பொரித்த கடலை

வறட்சி என்பது சரி. வரட்சி தவறு. வறள் என்னும் வேர்ச்சொல்லிலிருந்து வருவதால் வறட்சி.

வரட்டி என்று சொல்லும்போது 'ர' பயன்படுத்த வேண்டும்.

சன்னதி என எழுதுவதா, சன்னிதி என எழுதுவதா என்னும் குழப்பம் அடிக்கடி வருவதுண்டு

சன்னிதி அல்லது சந்நிதி என்பது சரி.

தெய்வத்தின் சாந்நித்யம் / சான்னித்யம் (இருப்பு) இருக்கும் இடம் சன்னிதி.

சான்னித்யத்துடன் தொடர்புகொண்ட சன்னிதானம் என்ற சொல்லை நினைவுபடுத்திக்கொண்டால் சன்னதி என எழுதக் கூடாது என்பது புரியும்.

'ன', 'ந' பயன்பாடுகள்

சன்னிதியா, சந்நிதியா?

அன்னியனா, அந்நியனா?

வடமொழியிலிருந்து வரும் சொற்களுக்குப் பொதுவாக 'ந' பயன்படுத்துவதே பொருத்தமானது. ஏனென்றால் வடமொழியில் ந மட்டும்தான் இருக்கிறது. 'ன' இல்லை. ஆனால், தமிழில் தொடக்கத்தில் மட்டுமே ந என்னும் எழுத்து பயன்படுத்தப்படும். சொல்லின் நடுவில் ந வருவதில்லை. ந் என்று மெய்யெழுத்தாகவே வரும் (தந்த, வந்த, சிறந்த . . .) எனவே சொல்லுக்கு நடுவில் வரும் ந ஒலியை ன என்னும் எழுத்தைப் பயன்படுத்தியே எழுதலாம். அதனால் ஒலி மாறுபாடோ பொருள் மாறுபாடோ எற்படுவதில்லை. எனவே சன்னிதி, அன்னியன் என்றே எழுதலாம்.

பவழம்–பவளம் இரண்டுமே வழக்கில் உள்ளவை. இரண்டும் ஒரே பொருளைக் குறிப்பவை. பவழம், பவளக் கொடி, பவள விழா என ஏற்கெனவே பழக்கமான வடிவங்களையே பயன்படுத்தலாம். பவள விழாவைப் பவழ விழா என மாற்ற வேண்டாம்.

இயக்குநர், ஓட்டுநர், நடத்துநர் ஆகியவற்றில் 'ந' பயன்படுத்துவதே பொருத்தமானது. ஓட்டும் நபர், நடத்தும்

நபர், இயக்கும் நபர் என்ற பொருளில் இவை வழங்கப்படுவதால் 'ந' பயன்படுத்துகிறோம்.

அடுக்குத் தொடர், இரட்டைக் கிளவி

ஒரே சொல் அடுத்தடுத்து வருவதில் இரண்டு விதங்கள் உள்ளன. ஒன்று அடுக்குத் தொடர். உதாரணம்: திரும்பத் திரும்ப, பார்க்கப் பார்க்க, கேட்டுக் கேட்டு, சொல்லிச் சொல்லி..

இரண்டாவது இரட்டைக் கிளவி (கிழவி அல்ல). உதாரணம்: கலகல, சிலுசிலு, சளசள...

அடுக்குத் தொடரில் திரும்ப வரும் சொல் பொருளுடையது. ஒரு விஷயத்துக்கு அழுத்தம் தருவதற்காக ஒரே சொல் இரண்டு முறை வருகிறது. பிரித்தாலும் பொருள் தரும். எனவே பிரித்து எழுதலாம்.

இரட்டைக் கிளவியில் பொருளற்ற சொல் இருமுறை குறிப்பிடப்படுகிறது. அதிகபட்சம் நான்கு முறை ஒரு சொல்லைத் தொடர்ந்து குறிப்பிடலாம். இது ஓசை நயம், உணர்ச்சி வேகம் ஆகியவற்றுக்காகப் பயன்படுத்தப்படுகிறது. இதைப் பிரிக்கக் கூடாது (பிரித்தால் பொருள் தராது),

கால இடைவெளி, தொலைவு

மாதாந்திர, வாராந்திர என்று எழுதுவது தவறு. மாதாந்தர, வாராந்தர என எழுத வேண்டும். வடமொழியிலிருந்து வரும் சொல் இது. வடமொழியில் அந்தர என்றால் இடைவெளி.

கிலோமீட்டர், மீட்டர், சென்டிமீட்டர் ஆகிய சொற்களை அப்படியே பயன்படுத்த வேண்டும். மைல் என்னும் சொல் வழக்கொழிந்தது. அதுபோலவே கிலோகிராம் என்னும் சொல்லையே பயன்படுத்த வேண்டும். பவுண்டு என்பது தற்போது புழக்கத்தில் இல்லை.

இஞ்ச் என்பதை அங்குலம் என எழுதலாம். மேலே உள்ள சொற்களுக்குப் பொருத்தமான தமிழ்ச் சொற்கள் இல்லை. தவிர, அந்தச் சொற்கள் தமிழில் இயல்பாகப் புழங்கிவருகின்றன. எனவே தமிழில் அவற்றை உள்ளடக்கிவிடலாம். ஆனால், அங்குலம் என்னும் சொல் தமிழில் புழக்கத்தில் உள்ள சொல். எனவே இஞ்ச் என்பதற்குப் பதில் அதையே பயன்படுத்தலாம்.

மைல் என்பதைப் போலவே கஜம் என்னும் சொல்லும் வழக்கொழிந்தது.

22

மற்றும் ஒரு பிரச்சினை

தேவையில்லாமல் ஒட்டிக்கொள்ளும் சில அம்சங்களைப் பற்றிப் பார்க்கலாம்.

'ஒரு' என்னும் சொல்லும் 'மற்றும்' என்னும் சொல்லும் பல இடங்களில் தேவையில்லாமல் பயன்படுத்தப்படுகின்றன.

ஒரு வயதான பெரியவர்

என்னும் வாக்கியத்தைப் பாருங்கள். 'ஒரு' வயதானவர் எப்படிப் பெரியவராக இருக்க முடியும்? முதியவர் அல்லது வயதானவர் என்று எழுதுவதே சரியானது.

ஒரு அழகான பெண்

ஒரு பெரிய மரம்

ஒரு பத்தாம்பசலித்தனமான நடவடிக்கை

இந்த வாக்கியங்களிலும் ஒரு என்பது தேவை யில்லை. அழகை ஒன்று, இரண்டு என்று எண்ண முடியாது. அழகான ஒரு பெண் என்று சொல்லலாம். அழகான பெண் என்று சொன்னாலே போதும்.

பெரிய மரம், பத்தாம்பசலித்தனமான நடவடிக்கை, முதியவர் என்று எழுதும்போது, அது தமிழுக்கு இயல்பாக இருக்கிறது.

ஆங்கிலத்தில் *Articles* எனச் சொல்லப்படும் *A, An, The* ஆகியவற்றில் ஏதேனும் ஒன்று ஒவ்வொரு பெயர்ச் சொல்லுக்கு முன்பும் பயன்படுத்தப்பட வேண்டும். பெயர்ச் சொல்லுக்கு முன்பு அழகிய,

பெரிய, பழைய என்பன இருந்தால் அவற்றுக்கு முன்பும் A / An / The பயன்படுத்த வேண்டும் *(A beautiful tree, an old man, the narrative style)*. ஆனால், இந்தத் தாக்கத்தில் தமிழிலும் எங்கு பார்த்தாலும் 'ஒரு' சேர்ப்பது தேவையற்றது. ஒன்று என்னும் பொருள் கட்டாயம் தேவைப்படும் இடம் தவிர, பிற இடங்களில் 'ஒரு' என்பதைத் தவிர்ப்பது இயல்பான தமிழாக இருக்கும்.

மற்றும் என்னும் சொல்லும் தமிழில் பெரும்பாலும் தேவையில்லாமல் ஒட்டிக்கொள்கிறது. ஆங்கிலத்தின் and என்னும் சொல்லின் மொழிபெயர்ப்பாகவே இது ஒட்டிக்கொண்டிருக்கிறது.

அமைச்சர் மற்றும் அதிகாரிகள் விரைந்தார்கள்

என்பதற்குப் பதிலாக,

அமைச்சரும் அதிகாரிகளும் விரைந்தார்கள்

என எழுதுவது தமிழின் இயல்புக்கு நெருக்கமாக இருக்கிறது.

இரண்டுக்கு மேல் இருந்தால் 'உம்' போட்டு எழுதுவது அலுப்பைத் தரக்கூடும்.

கார்த்திகேயனும் அப்துல்லாவும் கண்ணம்மாவும் ராஜாவும் என்று 'உம்' போட்டுப் பெரிய பட்டியலை அடுக்குவது சரளமான வாசிப்புக்கு உதவாது. அதற்குப் பதிலாக,

கார்த்திகேயன், அப்துல்லா, கண்ணம்மா, ராஜா ஆகியோர் என்று எழுதலாம்.

இப்படிப் பட்டியல் போடும்போது கடைசிக் கூறுக்கு முன்னால் and சேர்ப்பது ஆங்கில மரபு. இதைப் பலரும் தமிழில் அப்படியே பயன்படுத்துகிறார்கள்.

புத்தகம், பாத்திரங்கள், பழங்கள், பொம்மைகள் மற்றும் மேசை

என்று எழுதுவது ஆங்கில மரபை அடியொற்றிய வழக்கம்.

புத்தகம், பாத்திரங்கள், பழங்கள், பொம்மைகள், மேசை ஆகியவை

என்று எழுதுவதே தமிழுக்கு இயல்பானது.

மா, பலா, வாழை

இயல், இசை, நாடகம்

அறத்துப் பால், பொருட்பால், காமத்துப் பால்

ஒரு சொல் கேளீர்!

மேலே உள்ள பட்டியல்கள் தமிழில் பல நூற்றாண்டுகளாக வழங்கிவருபவை. இந்தப் பட்டியல்களில் மற்றும் என்னும் சொல் இல்லை. இவற்றை ஆங்கிலத்தில் எழுதினால் and சேர்ந்துகொள்ளும். அது ஆங்கிலத்தின் இயல்பு. தமிழுக்கு அது இயல்பல்ல. எனவே மற்றும் என்னும் சொல்லைக் கூடியவரையில் தவிர்த்துவிடுவதே தமிழுக்கு இயல்பானது.

ஆகியவை, முதலானவை:

ஒரு பட்டியல் முடிந்துவிட்டால் ஆகியவை என்றும் பட்டியல் முடியவில்லை என்றால் போன்றவை அல்லது முதலானவை என்றும் போடலாம். இரண்டு சமயங்களிலும் மற்றும் பயன்படுத்த வேண்டாம்.

மற்றும் என்னும் சொல்லைப் பயன்படுத்தக்கூடிய இடங்கள்:

தொழில் வளர்ச்சி மற்றும் இளைஞர் நலத் துறை அமைச்சர்

சென்னை வளர்ச்சி மற்றும் ஆராய்ச்சி மையம்

தவிர்க்க முடியாத இடங்கள் தவிர மற்ற இடங்களில் ஒரு, மற்றும் போன்ற சொற்களைத் தவிர்ப்பதே இயல்பான தமிழுக்குப் பொருத்தமாக இருக்கும்.

பேரா, பேர்களா?

பேர் என்னும் சொல்லைச் சிலர் பேர்கள் என எழுதுகிறார்கள். இரண்டு பேர், ஆயிரம் பேர் என்று எழுதினாலே பன்மைத்தன்மை வந்துவிடுகிறது. பேர்கள் என்று எழுத வேண்டியதில்லை. சொல்லப்போனால், பன்மைக்கு மட்டுமே பேர் என்பதைப் பயன்படுத்துகிறோம். ஒரு பேர் என்று சொல்வதில்லை. ஒருவர் அல்லது ஒரு நபர் என்று சொல்கிறோம். எனவே 100 பேர், 1000 பேர் என்று எழுதுவதே சரி. பேர்கள் தேவையில்லை.

தேவையற்ற சில சொற்கள் காலப்போக்கில் கலந்து விடுகின்றன. தாமதம் என்று சொன்னாலே போதும். காலதாமதம் என்று சொல்ல வேண்டியதில்லை. தாமதம் என்பது காலத்தை மட்டுமே குறிக்கும்.

23

இந்தக் கனம் தேவையா?

வாசிக்கும்போது சில சொற்கள் நமக்குப் பிடித்துவிடும். சொல்லழகு, பொருளாழம், கனம் போன்ற காரணங்களால் இந்த விருப்பம் நேரலாம். நாம் எழுதும்போது இந்தச் சொற்களைப் பயன்படுத்த வேண்டும் என்னும் ஆர்வமும் ஏற்படலாம். அதில் தவறில்லை. ஆனால், பொருத்தமற்ற இடங்களில் இதுபோன்ற சொற்கள் பயன்படுத்தப்படும்போது அந்த இடத்துக்குத் தேவையற்ற கனம் கூடி எழுத்து சமநிலை தவறும். அளவுக்கு அதிகமான அழுத்தம், கனம், ஆழம் கொண்ட சொற்கள் நமது நடையை ஆயாசம் கொண்டதாக ஆக்கிவிடுகின்றன.

சரியான சொற்கள் தவறாகப் பயன்படுத்தப்படும் போது அவை தம் வலிமையையும் தாக்கத்தையும் இழந்துவிடுகின்றன. எனவே, நமக்குப் பிடித்த சொற் களைப் பொருத்தமில்லாத இடத்தில் பயன்படுத்தி னால் அவற்றை நமக்கு எதனால் பிடிக்கிறதோ அந்தக் காரணமே அடிபட்டுப் போய்விடும்.

ஒருவர் இன்னொருவருக்குப் பெரிய அளவில் ஏதேனும் உதவி செய்திருந்தால் உதவி பெற்றவர் நெகிழ்ந்துபோய், "உயிருள்ளவரை மறக்க மாட்டேன்" என்று சொல்லக்கூடும். ஆனால், "காஞ்சிபுரம் போகும் பேருந்து எங்கே நிற்கும்?" என்னும் கேள்விக்குப் பதில் சொல்பவரைப் பார்த்து இப்படிச் சொன்னால் அது அவரைப் பரிகசிப்பதுபோல இருக்கும் அல்லவா?

அதுபோலத்தான் கனமான சொற்கள் தேவையில்லாமல் பயன்படுத்தப்படும்போது தம் கனத்தை, செறிவை, வலிமையை அவை இழக்கின்றன. சில எடுத்துக்காட்டுகளைப் பாருங்கள்.

ரத்தமும் சதையுமான வாழ்வியலைச் சொல்லும் படம் என்னும் சொல் திரை விமர்சனங்களில் அடிக்கடி வருகிறது. மக்கள் வாழ்வியலை அறிய வேண்டும் என்று சமூகக் கட்டுரைகளில் வருகிறது.

வாழ்வியல் என்பது மக்களின் வாழ்க்கையை அவர்களுடைய பண்பாடு, நம்பிக்கைகள், வாழ்முறை முதலானவற்றோடு சேர்த்துக் குறிப்பிடக்கூடிய சொல். வாழ்க்கையை என்று சொல்ல வேண்டிய இடங்களில் எல்லாம் பலரும் வாழ்வியல் என்று சொல்கிறார்கள்.

அதேபோல, கருத்து என்பதற்குப் பதில் கருத்தியல் என்ற சொல்லைப் பயன்படுத்தக் கூடாது. கருத்து என்பது Opinion. எந்த விஷயத்திலும் ஒவ்வொருவருக்கும் ஒரு கருத்து இருக்கும். கருத்தியல் என்பது கனமான சொல். கோட்பாட்டு அடிப்படையில் உருவாகும் அடர்த்தியான சிந்தனையைக் குறிப்பது. உதாரணமாக, பவுத்தக் கருத்தியல் என்பது பவுத்தச் சிந்தனைகள், பவுத்த மெய்காண் முறை, நம்பிக்கைகள், நெறிகள் ஆகியவற்றை உள்ளடக்கிய பார்வை. கருத்து என்பது சாதாரணமாக நாம் வெளியிடும் எண்ணம். அதற்குக் கருத்தியல் என்னும் சொல்லைப் பயன்படுத்தக் கூடாது.

இந்தப் படத்துக்குத் தடை விதிக்கக் கூடாது என்பது அவர் கருத்தியலாக இருக்கிறது – இதுபோல எழுதுவது தேவையற்றது.

இந்தப் படத்துக்குத் தடை விதிக்கக் கூடாது என்பது அவர் கருத்து – இதுவே போதும்.

அதுபோலவே பலரும் நவீனத்துவம், பின்நவீனத்துவம், சொல்லாடல், கதையாடல், அவல நகைச்சுவை, அபத்த நகைச்சுவை போன்ற சொற்களையும் தவறாகப் பயன்படுத்துகிறார்கள். இவை அனைத்தும் கோட்பாட்டு ரீதியான அடர்த்தியான பொருள்கொண்ட சொற்கள். இவற்றின் பொருள் அறிந்து கவனமாகப் பயன்படுத்த வேண்டும்.

தமது வழமைபோல என்று சிலர் எழுதுகிறார்கள். வழமை என்பது கனம் கூடிய சொல். வழக்கம்போல என்று எழுதுவதே பல இடங்களில் போதுமானதாக இருக்கும்.

ஒரு சொல்லை விருப்பம் காரணமாகவோ, பழக்கம் காரணமாகவோ, பயன்படுத்தக் கூடாது. இந்தச் சொற்களைப் பயன்படுத்தினால் கட்டுரைக்குக் கனம் கூடும் என்று சிலர் கருதலாம். கனம் என்பது வெறும் சொல்லால் வருவதில்லை. பொருளறிந்து பொருத்தமாகப் பயன்படுத்தப்படும் சொற்களாலும் காத்திரமான கருத்துக்களாலும் வருவது.

ஒவ்வொரு சொல்லையும் சுண்டிப்பார்த்துச் சரியான விதத்தில் பயன்படுத்த வேண்டும். அதுவே மொழிக்கு நாம் தரும் மரியாதையாக இருக்கும். தவறான / தேவையற்ற பயன்பாடுகளால் சொற்களின் வீரியத்தைக் குறைத்துவிடக் கூடாது.

பாலினச் சொற்கள்

LGBT (Lesbian, Gay, Bisexual, Transgender) பிரிவினரைக் குறிக்கப் பொதுவான சொல் தமிழில் இல்லை.

Lessbian, Gay போன்ற சொற்களைக் குறிக்கத் தன்பாலின ஈர்ப்பாளர் என்னும் சொல்லைப் பயன்படுத்தலாம். ஆண், பெண் இரு பாலருக்கும் பொருந்தும் சொல் இது. ஓரின ஈர்ப்பாளர்கள், ஓரினப் புணரீர்ப்பாளர்கள் ஆகிய சொற்களும் பயன்படுத்தப்பட்டாலும் தன்பாலின ஈர்ப்பாளர் என்பது எளிமையாகவும் பொருத்தமாகவும் உள்ளது. எனவே இதையே பயன்படுத்தலாம்.

Bisexual (பைசெக்ஷுவல்) என்பதை இருபாலின ஈர்ப்பாளர் என்று சொல்லலாம்.

Transgender (ட்ரான்ஸ்ஜெண்டர்) என்பதைப் பொதுவாக மாற்றுப் பாலினத்தவர் எனக் குறிப்பிடலாம்.

மாற்றுப் பாலினத்தவரைக் குறிப்பிட முன்பெல்லாம் அலி, பேடி போன்ற சொற்கள் பயன்படுத்தப்பட்டு வந்தன. இந்தச் சொற்கள் தற்போது முற்றிலுமாகத் தவிர்க்கப்படுகின்றன. அரவானி என்னும் சொல்லும் வழக்கொழிந்துவிட்டது.

ஆணாகப் பிறந்து பெண்ணாக மாறுபவர்களைத் திருநங்கை என்றும்,

பெண்ணாகப் பிறந்து ஆணாக மாறுபவர்களைத் திருநம்பி என்றும் குறிப்பிடலாம்.

இருவரையும் குறிப்பிடும் பொதுப்பெயராகத் 'திருநர்' என்பதும் தற்போது வழக்கில் உள்ளது.

ஆக,

தன்பாலின ஈர்ப்பாளர், இருபாலின ஈர்ப்பாளர், மாற்றுப் பாலினத்தவர், திருநர், திருநங்கை, திருநம்பி ஆகிய சொற்களையே நாம் பயன்படுத்த வேண்டும்.

24

தவிர்க்க வேண்டிய சொற்கள்

சில சொற்கள் மொழி அடிப்படையில் சரி, தவறு என்பதைத் தாண்டி, சமூகவியல், அரசியல், மனித உணர்வுகள், பொது நீதி, மனித உரிமை, மொழியின் இயல்பு ஆகியவற்றின் அடிப்படையில் தவிர்க்க வேண்டியவை. அவற்றை இப்போது பார்க்கலாம்:

கற்பழிப்பு – அகராதியிலிருந்தே அகற்றப்பட வேண்டிய சொல் இது. பெண்களின் தூய்மையை, ஒழுக்கத்தை, அவர்கள் உடலை வைத்து மதிப்பிடும் சொல் இது. பலவந்தமான உறவுக்கு ஆளாக்கப்படும் பெண்ணுக்கு அந்த உறவில் எந்தப் பங்கும் இல்லை. அத்தகைய உறவால் அவள் உடலும் மனமும் பாதிக்கப்படுகிறதே அன்றி, கற்பொழுக்கம் எனச் சொல்லப்படும் நெறி பாதிக்கப்படுவதில்லை.

கற்பு என்பது மனம் சம்பந்தப்பட்டது. இரு பாலருக்கும் பொதுவானது. பெண்ணுக்கு மட்டும் கற்பை வலியுறுத்துவது ஆணாதிக்க, நிலப்பிரபுத்துவ மதிப்பீடு சார்ந்த பார்வை. எனவே பிற்போக்குத்தனமான இந்தச் சொல்லை அடியோடு தவிர்க்க வேண்டும். Rape என்னும் ஆங்கிலச் சொல்லில் ஒழுக்கம் தொடர்பான பொருள் எதுவும் இல்லை.

Rape என்பதற்குப் பாலியல் வன்புணர்வு, பாலியல் வல்லுறவு ஆகிய சொற்களைப் பயன்படுத்த வேண்டும்.

Sexual violence தொடர்பான சில சொற்களைப் பார்க்கலாம்.

Sexual abuse/exesess – பாலியல் அத்துமீறல் / வரம்பு மீறல்
Sexual violence – பாலியல் வன்முறை
Sexual harassment – பாலியல் துன்புறுத்தல்

பெண்ணைக் குறிப்பிடப் பெட்டை என்னும் சொல் வழக்கத்தில் இருந்தது. ஈழத்தில் இதன் பயன்பாடு இருக்கிறது Speak with Srilankans இந்தச் சொல்லில் தன்னளவில் எந்தத் தவறும் இல்லை. ஆனால், அது பெண்களை, பெண் தன்மையை இழிவாகக் கூறுவதற்காகவே பெரும்பாலும் பயன்படுத்தப்பட்டுவந்ததால் காலப்போக்கில் இழிசொல்லாகவே ஆகிவிட்டது. எனவே, தற்காலத் தமிழில் இச்சொல் பயன்படுத்தப்படுவதில்லை. எனவே அந்தச் சொல்லைத் தவிர்த்துவிட வேண்டும். பெட்டைக் கோழி என்று எழுதலாம். மனித இனத்தில் பெண்களைக் குறிப்பிட இந்தச் சொல்லைப் பயன்படுத்துவதைத் தவிர்க்கலாம்.

அதுபோலவே பேடி என்னும் சொல் பெண் தன்மை கொண்ட ஆணைக் குறிக்கப் பயன்பட்டது. கோழைத்தனம் என்னும் பொருளிலும் இது புழங்கிவந்தது. இன்னும்கூடச் சிலர் கோழைத்தனத்தைக் குறிக்க இந்தச் சொல்லைப் பயன்படுத்துகிறார்கள். இது பெண்களை, பெண் தன்மையைக் கோழைத்தனத்தோடு இணைத்துப் பேசி இழிவுபடுத்தும் சொல் என்பதால் இதைத் தவிர்க்க வேண்டும்.

விபச்சாரம், விபச்சாரி என்னும் சொற்களைத் தவிர்த்துவிட வேண்டும். பதிலாக, பாலியல் தொழில், பாலியல் தொழிலாளி என்னும் சொற்களைப் பயன்படுத்த வேண்டும்.

சாதி அடையாளம், தொழில் சார்ந்த இழிவான பொருள் ஆகியவை கொண்ட சொற்களை முற்றாகத் தவிர்க்க வேண்டும்.

தோட்டி, குயவன், ஆச்சாரி போன்ற சொற்களையும் தவிர்க்க வேண்டும்.

பதிலாக, துப்புரவுத் தொழிலாளி, பானை வனைபவர், தச்சர் என்னும் சொற்களைப் பயன்படுத்தலாம்.

கள்ளக் காதல், கள்ளக் காதலி, கள்ளக் காதலன் ஆகிய சொற்களைத் தவிர்த்துவிடலாம். மண உறவுக்கு வெளியே உள்ள உறவுகளைக் குறிக்கும் இந்தச் சொல் காதல் என்னும் உணர்வைக் கொச்சைப்படுத்துகிறது. ஆங்கிலத்தில் இது *Extra marital affair* எனக் குறிப்பிடப்படுகிறது. தமிழிலும் மண உறவுக்கு வெளியே யான உறவு, மண உறவைத் தாண்டிய காதல் எனக் குறிப்பிடலாம்.

தாழ்த்தப்பட்ட மக்களைக் குறிப்பிட ஹரிஜன் / அரிஜன் என்னும் சொல்லைப் பயன்படுத்துவது தற்காலத்திற்கு

ஏற்புடையதல்ல. 60–70 ஆண்டுகளுக்கு முன்பு ஏற்புடையதாக இருந்த இந்தச் சொல் தற்போது ஏற்றுக்கொள்ளப்படுவதில்லை. மாற்றாக, தலித் என்னும் சொல்லையே பயன்படுத்த வேண்டும்.

உறவு முறைச் சொற்கள்

இளைய சகோதரன், மூத்த சகோதரி என்றெல்லாம் எழுதும் பழக்கம் தற்போது பரவலாகிவருகிறது. அண்ணன், தம்பி, தங்கை, அக்கா, தமக்கை என்று தமிழில் சொற்கள் இருக்கையில் *Younger borther, elder sister* என ஆங்கில வடிவங்களை அப்படியே மொழிபெயர்ப்பது மிகவும் தவறான நடைமுறை. இதை முற்றிலுமாகத் தவிர்க்க வேண்டும்.

அதுபோலவே *water falls* என்பதைத் தமிழில் நீர் வீழ்ச்சி என்று எழுதுவதும் தவறு. அருவி என்னும் அழகான சொல் தமிழில் இருக்கையில் *water falls* என்பதை மொழிபெயர்த்து நீர் வீழ்ச்சி என்று எழுதுவது தவறு.

உறவு முறையும் சாதியும்

உறவு முறைகளைக் குறிக்கத் தமிழில் பல சொற்கள் உள்ளன. இவற்றில் சாதி வழக்குகளைத் தவிர்த்துவிட வேண்டும். புனைவுகளில் பாத்திரத்தின் பின்புலத்தையும் தன்மையையும் உணர்த்த இத்தகைய சொற்கள் தேவைப்படலாம். உரையாடல் களிலும் இவை இடம்பெறலாம். ஆனால், செய்திக் கட்டுரைகளில் இவற்றைத் தவிர்ப்பதே நல்லது.

உதாரணமாக, அம்மாஞ்சி என்னும் சொல்லைக் குறிப்பிட்ட ஒரு சாதியினர் மட்டுமே பயன்படுத்துவார்கள். அம்மான் சேய் என்னும் சொல்லின் மரூஉ இது. அம்மான் என்றால் தாய்மாமன். எனவே மாமன் மகன் அல்லது மகள் எனக் குறிப்பிடலாம்.

அப்பா என்பதற்குப் பதில் அய்யா என்று சில பிரிவினர் சொல்வார்கள். இதைத் தவிர்த்து அப்பா, தந்தை என்று குறிப்பிடுவதே பொது மொழிக்கு இசைவானது.

நாத்தனார், மாமனார், மாமியார், அண்ணி, மச்சினர், மச்சினி, கொழுந்தன், ஓர்ப்படி எனப் பல சொற்கள் பொதுவானவை. மன்னி, ஆயா முதலான சில சொற்கள் குறிப்பிட்ட சில பிரிவினர் மத்தியில் மட்டுமே புழங்குபவை.

அதுபோலவே ஓர்ப்படி, ஷட்டகர் ஆகிய சொற்களும். இவற்றைத் தவிர்த்துவிட்டு, ஓரகத்தி, சகலை போன்ற பொதுச் சொற்களையே பயன்படுத்த வேண்டும்.

25

புண்படுத்தாத மொழி

தவிர்க்க வேண்டிய சொற்களில் சாதி, மதம், பாலினம் ஆகியவற்றைத் தவிர உடல்கூறு சார்ந்த சில அம்சங்களையும் கணக்கில் எடுத்துக்கொள்ள வேண்டும்.

உடல், மனக் குறைபாடுகள் தொடர்பான சொற்களைக் கவனமாகப் பயன்படுத்த வேண்டும். குறைபாட்டினைச் சுட்டிக்காட்டுவது சம்பந்தப் பட்டவர்களைப் புண்படுத்தக்கூடியது என்பதால் அத்தகைய சொற்களைத் தவிர்க்க வேண்டும். உலகம் முழுவதிலும் இத்தகைய குறைபாடுகளைச் சுட்டக் கூடிய சொற்கள் கடந்த நூற்றாண்டில் பெருமளவில் மாறியிருக்கின்றன.

Blind, deaf, dumb முதலான சொற்கள் தற்கால ஆங்கிலத்தில் பொது வழக்கில் பயன்படுத்தப்படு வதில்லை. *Prostitute, Negro* முதலான சொற்களும் தற்போது பொது வழக்கில் பயன்படுத்தப்படுவதில்லை. *Prostitute* என்பது *Sex worker* என வழங்கப்படுகிறது. *Negro* என்பது *Black, Black African, Afro–American, African American* என வழங்கப்படுகிறது.

மொழி, இனம், சாதி, மதம், நிறம், உடல் குறைபாடு, மனக் குறைபாடு முதலானவற்றைக் குறிப்பிடும்போது இவற்றால் சுட்டப்படுபவர்களின் மனம் புண்படாத வகையில், அவர்கள் இழிவுபடுத்தப் படாத விதத்தில் குறிப்பிடப்பட வேண்டும் என்னும் பார்வையே மொழியில் ஏற்பட்டுள்ள இந்த மாற்றத்துக்கு அடிப்படை.

தமிழிலும் இதுபோன்ற மாற்றங்கள் ஏற்பட்டுள்ளன. சாதி, மதம், பாலினம் சார்ந்த

சொற்களைச் சென்ற பத்தியில் பார்த்தோம். இந்தப் பத்தியில் உடல் குறைபாடுகள் குறித்த சொற்களைப் பார்ப்போம்.

நொண்டி, முடவன், செவிடு, ஊமை, குருடு, பைத்தியம், ஊனமுற்றோர், உடல் ஊனம்...

இத்தகைய சொற்களை முற்றிலுமாகத் தவிர்த்துவிட வேண்டும். அதுவே இன்றைய காலகட்டத்தின் நாகரிக உணர்வுக்கு அடையாளம். ஒவ்வொருவரின் உணர்வையும் மதித்தல், யாரையும் புண்படுத்தாமல் மொழியைப் பயன்படுத்துதல் ஆகியவையே இதன் அடிப்படைக்கூறு.

உடல் குறைபாடு கொண்டவர்களைக் குறிக்க *மாற்றுத் திறனாளி* என்னும் சொல்லைப் பொதுவாகப் பயன்படுத்தலாம்.

குறிப்பாகச் சொல்ல வேண்டிய இடங்களில்,

கேட்கும் திறன் இழந்தோர்

பார்வை இழந்தோர்

கால் / கால்கள் செயலிழந்தவர்

கை / கைகள் செயலிழந்தவர்.

மனநலம் பாதிக்கப்பட்டவர்

காக்கா வலிப்பு என்று குறிப்பிடுவதைத் தவிர்க்கலாம். காகம் என்னும் பறவைக்கும் அதற்கும் எந்தத் தொடர்பும் இல்லை. கால், கை வலிப்பு என்பதே மருவி காக்கா வலிப்பு ஆயிற்று. இன்று அது வலிப்பு நோய் என்றே குறிப்பிடப்படுகிறது.

பக்கவாதம், முடக்குவாதம், மன அழுத்தம், மனச்சிதைவு போன்ற சொற்கள் குறிப்பான குறைபாடுகளைக் குறிக்கும் மருத்துவப் பெயர்கள் என்பதால் அவற்றைப் பயன்படுத்துவதில் தவறில்லை.

உடல் குறைபாடுகளை உருவகமாகவோ, குறியீடாகவோ வைத்து அரசியல் முதலான தளங்களில் விமர்சனங்களை முன்வைக்கும் பழக்கம் இருக்கிறது. இதுவும் முறையற்ற மொழிப் பயன்பாடுதான். யாரையோ விமர்சிப்பதற்காக உடல் குறைபாடு கொண்டவர்களை ஏன் இழுக்க வேண்டும்?

குருட்டுத்தனமாக என்று எழுதுவதைத் தவிர்க்க வேண்டும். கண்மூடித்தனமாக என எழுத வேண்டும்.

செவிட்டுத்தனமாக என்று எழுதக் கூடாது. காதில் விழாததுபோல என்று எழுத வேண்டும்.

அரசின் செவிட்டுக் காதுகள் எப்போது திறக்கும் என எழுதுவதற்குப் பதில்

அரசின் கேளாச் செவிகள் எப்போது திறக்கும் என எழுதலாம்.

நிர்வாகம் ஊமையாய் இருக்கிறது என எழுதுவதற்குப் பதில்

நிர்வாகம் மௌனமாய் இருக்கிறது என எழுதலாம்.

தவிர்க்க வேண்டியது: மக்கள் நலச் சங்கத்தின் செயல்பாடுகள் நொண்டிக்கொண்டிருக்கின்றன.

மாற்று வடிவம்: மக்கள் நலச் சங்கத்தின் செயல்பாடுகள் தடுமாறிக்கொண்டிருக்கின்றன.

பழமொழிகள், சொலவடைகள்

உடல் குறைபாடுகளைக் குறிப்பிடக்கூடிய பழமொழிகளும் புழக்கத்தில் இருக்கின்றன. பழமொழிகளில் திருத்தம் போட முடியாது. நாள்படப் புழங்கிவந்த மரபார்ந்த பழமொழி / சொலவடை வடிவங்களை அப்படியே பயன்படுத்துவதுதான் சரியானது 'செவிடன் காதில் ஊதிய சங்கு' என்னும் பழமொழியைக் 'காது கேளாதவர் காதில் ஊதிய சங்கு' என்று திருத்தினால் அது பழமொழியாக இருக்காது. பழகிய வடிவில் சொல்லப்படும்போதுதான் அது பழமொழி.

அப்படியானால், இதுபோன்ற பழமொழிகளை என்ன செய்வது?

தமிழில் ஆயிரக்கணக்கான பழமொழிகளும் சொலவடைகளும் உள்ளன. இவற்றில் ஒரு சில பழமொழிகளைத் தவிர்ப்பதால் எந்த இழப்பும் ஏற்பட்டுவிடாது. உடல் குறைபாடுகளை வைத்து வழங்கப்படும் பழமொழிகளை மாற்ற நமக்கு உரிமை இல்லாத நிலையில் அவற்றைத் தவிர்த்துவிடலாம்.

சாதிப் பெயர்களைக் குறிக்கும் பழமொழிகளில் பெரும்பாலானவை குறிப்பிட்ட சாதிகளை இழிவுபடுத்துபவை. அவற்றை நாம் தற்போது பயன்படுத்துவதில்லை. அதுபோலவே உடல் குறைபாடுகளைக் குறிப்பிடும் பழமொழிகளையும் தவிர்த்துவிடலாம்.

26

தவறுகளே 'சரி'யாகிவிடும் விந்தை

ஒரு பெயர் எந்த மொழியைச் சேர்ந்ததோ அந்த மொழியில் அப்பெயர் எப்படி எழுதப்படுகிறது, உச்சரிக்கப்படுகிறது என்பதை வைத்துத்தான் நம் மொழியில் அப்பெயரை எழுத வேண்டும் என்பதைப் பார்த்தோம். ஆனால், இதில் சில விதிவிலக்குகளும் உள்ளன.

எடுத்துக்காட்டாக, சச்சின் டெண்டுல்கர் என்று எழுதுகிறோம். இந்தி, மராட்டிய மொழிகளில் 'எ' 'ஒ' ஆகிய ஒலிகள் இல்லை. எனவே 'டெ'ண்டுல்கர்' என எழுதுவது பிழை. தவிர, மராட்டிய மொழியில் தேண்டுல்கர் என்றே வருகிறது. ஆனால் சச்சின் உள்ளிட்ட அனைவரும் 'டெண்டுல்கர்' என்றே சொல்கிறார்கள். எனவே நாமும் 'டெண்டுல்கர்' என எழுதுவதே சரி.

சில பெயர்களின் மூல வடிவம் ஒன்றாக இருக்கும். ஆனால் பழக்கத்துக்கும் புழக்கத்துக்கும் வந்த பெயர் வேறொன்றாக இருக்கும். அத்தகைய பெயர்களைப் பொறுத்தவரை பழகி, நிலைபெற்ற சொற்களைப் பயன்படுத்துவதே நல்லது.

உதாரணம்:

ஜவாஹர்லால் நேரு – சரி

ஜவஹர்லால் நேரு – தவறு

ஆனால் ஜவஹர் என்று எழுதுவது நிலைபெற்று விட்டது. எனவே அதையே பின்பற்றலாம்.

மேலும் சில உதாரணங்கள்:

சுனில் காவஸ்கர் – சரி

சுனில் கவாஸ்கர் – தவறு

நரேந்திர மோதி – சரி

நரேந்திர மோடி – தவறு

ஆட்வாணி – சரி

அத்வானி – தவறு

வாஜபேயி – சரி

வாஜ்பாய் – தவறு

இந்தப் பெயர்களின் தவறான வடிவங்கள் தமிழில் நெடுங்காலமாகப் புழக்கத்தில் உள்ளன. ஆனால் இதனால் பொருள் குழப்பமோ அடையாளச் சிக்கலோ ஏற்படுவதில்லை. எனவே பழகிய வடிவத்தை மாற்ற வேண்டிய அவசியம் இல்லை.

தமிழ் ஒலிப் பண்பு

சில சொற்களின் மூல வடிவம் தமிழுக்கு வரும்போது தமிழ்ப் பண்புக்கு ஏற்ப உருமாறும். அந்த உருமாற்றங்களை நாம் கடைப்பிடிக்க வேண்டும். சில உருமாற்றங்களைப் பாருங்கள்.

ராம / ராமா – ராமன்

சீதா – சீதை

கங்கா – கங்கை

ஸ்வாமி – சுவாமி

ப்ரஸாத் – பிரசாத்

மஹாராஷ்டிரா – மகாராஷ்டிரம்

ப்ரியங்கா – பிரியங்கா

இது பொதுவான விதி. ஆனால் 'ஸ்வாமி ராமா' என்ற பெயரிலேயே பரவலாக அறியப்படும் ஒருவருடைய பெயரை சுவாமி ராமன் என்று மாற்றக் கூடாது. ராமாயண சீதாவைத் தமிழில் சீதை என்று எழுதலாம். பரத்வாஜ முனிவரை பரத்வாஜர் என எழுதலாம். ஆனால், சீதா பரத்வாஜ் என்ற நபரின் பெயரை சீதை பரத்வாஜர் என்று மாற்றக் கூடாது.

வடமொழியில் ஸ்வாமி என்று வரும் பெயரைத் தமிழ்ப் பண்புக்கு ஏற்ப சுவாமி அல்லது சாமி என மாற்றி எழுதுவதில்

தவறில்லை. ஆனால் ஸ்வாமி, சாமி, சுவாமி என எப்படி எழுதினாலும் எல்லா இடங்களிலும் சீராக ஒரே மாதிரி எழுத வேண்டும்.

ராமாயணத்தைக் குறிப்பிடும்போது 'குகன்' என்று குறிப்பிடலாம் ஆனால் ராமச்சந்திர குஹா என்னும் எழுத்தாளரின் பெயரை ராமச்சந்திர குகன் என மாற்றக் கூடாது.

ஆங்கிலத்தை நாட வேண்டாம்

தமிழ் அல்லாத இந்திய மொழிப் பெயர்களைச் சரிபார்க்க ஆங்கிலத்தை நாடக் கூடாது. அந்தந்த மொழியின் வரி வடிவம், ஒலி வடிவம் ஆகியவற்றை நாட வேண்டும். ஆங்கிலத்தில் Punya prasad என இருக்கும். இதைப் புன்ய பிரசாத என எழுதக் கூடாது. Punya என்பது புண்ணியம் எனத் தமிழில் வழங்கப்படும் 'புண்ய' என்னும் வடமொழிச் சொல் எனவே புண்ய பிரசாத் என எழுத வேண்டும்.

Rishab Pant என்னும் பெயரை ஆங்கிலத்தை அடியெற்றி பண்ட் / பன்ட் என எழுதக் கூடாது. 'பந்த்' என்பது வடமொழியில் வழிபாட்டு/ஆன்மிக வழிமுறையைக் குறிக்கும். அதை அடியொற்றி ரிஷப் பந்த் என்று எழுத வேண்டும். கோவிந்த வல்லப பந்த் என்று எழுதுவதைப் போல.

Dhoni என்பதைப் பலரும் 'டோனி' என எழுதுகிறார்கள் தேவநாகரி வரி வடிவத்தில் 'த' வரிசையில் நான்காவதாக வரும் 'த' ஒலிதான் இந்தப் பெயருக்கு உரியது. எனவே தோனி என்றே எழுத வேண்டும்.

இந்திய விளையாட்டு வீரர்களின் பெயர்களை வெளிநாட்டு வர்ணனையாளர், செய்தியாளர் எப்படி உச்சரிக்கிறார் எனப் பார்க்கக் கூடாது. இந்திய வர்ணனையாளர் / செய்தியாளர் உச்சரிக்கும் விதத்தைப் பார்க்க வேண்டும். இந்தியாவைச் சேர்ந்த இந்தி / ஆங்கில செய்தித் தொலைக்காட்சிகளைப் பார்த்தால் / கேட்டால் தெளிவு கிடைக்கும்.

27

ஆங்கிலம் பொதுவான அளவுகோல் அல்ல

வெளிநாட்டுப் பெயர்களைத் தமிழில் எழுதும்போது, ஆங்கிலத்தில் அவை எப்படி எழுதப்படுகின்றன என்பதை வைத்துத் தமிழில் எழுதக் கூடாது. அந்தந்த மொழிகளில் அவை எப்படி உச்சரிக்கப்படுகின்றன என்பதை வைத்து எழுத வேண்டும்.

வெளிநாடுகளைச் சேர்ந்த எல்லாப் பெயர்களும் நமக்குப் பெரும்பாலும் ஆங்கிலம் மூலமாகவே அறிமுகமாகின்றன. ஆனால் அவை எல்லாமே ஆங்கிலப் பெயர்கள் அல்ல. சீனம், ஜப்பான், ரஷ்யா, கொரியா, ஸ்பானிஷ், ஃபிரெஞ்சு, லத்தீன், கிரேக்கம், டச்சு எனப் பல மொழிகளின் பெயர்கள். பிரிட்டனைச் சேர்ந்த எல்லாப் பெயர்களும் ஆங்கிலப் பெயர்கள் அல்ல. ஆங்கிலம், வெல்ஷ் முதலான பல மொழிகள் அங்குள்ளன. எனவே ஆங்கிலத்தில் எழுதப்படும் விதத்தை மட்டும் வைத்துக்கொண்டு எந்த முடிவுக்கும் வர இயலாது.

இங்கிலாந்து டெஸ்ட் கிரிக்கெட் அணியில் *Sam curren* என்பவர் இருக்கிறார் இவர் பெயரில் *'U'* இருப்பதை வைத்து இவரைக் 'குர்ரன்' எனச் சில தமிழ் ஊடகங்கள் குறிப்பிடுகின்றன. யூடியூபில் இவருடைய பேட்டி உள்ளது. அதில் சாம் கரன் என்னும் ஒலி தெளிவாக உள்ளது.

திருணமூல் காங்கிரஸ் என்ற பெயரை *Trinamoal* என்று ஆங்கிலத்தில் படித்து ட்ரினமூல் / ட்ரிணாமூல்,

த்ரிணாமூல், த்ரிணமூல் என்றெல்லாம் சிலர் எழுதுகிறார்கள். 'த்ருண' என்றால் துரும்பு. புல்லின் வேர். இதைத் தமிழ் மரபுப்படி திருணம் என்று சொல்லலாம். 'உயிரைத் திருணமாக மதித்து' என்னும் தொடரைக் கேள்விப்பட்டிருப்போம். அதுதான் இங்கே உள்ளது. எனவே 'திருணமூல்' என எழுத வேண்டும்.

அதேபோல் *Samajwadi* என்பதில் உள்ள '*D*' ஐப் பார்க்கும் சிலர் சமாஜ்வாடி என்கிறார்கள் இதன் மூலச் சொல் சமாஜ்வாதம் (சமாஜ் – சமூகம்) இது பொருளாதாரவாதி, மார்க்ஸியவாதி, தத்துவவாதம், வகுப்புவாதம் என்பன போன்ற சொல். எனவே சமாஜ்வாதி என்று எழுத வேண்டும்.

சிலர் தமிழ் ஊர்களின் பெயர்களையே ஆங்கில எழுத்து வடிவத்தை அடியொற்றித் தவறாக எழுதுகிறார்கள். இது கட்டாயம் தவிர்க்கப்பட வேண்டியது.

Triplicane	– ட்ரிப்ளிகேன்	– திருவல்லிக்கேணி
Kilpauk	– கீல்பாக்	– கீழ்ப்பாக்கம்
Alwarpet	– ஆல்வார்பெட்	– ஆழ்வார்ப்பேட்டை
Chetpet	– செட்பட்	– சேத்துப்பட்டு
Trishul	– ட்ரிஷுல்	– திரிசூலம்
Wartrap	– வர்ட்ராப்	– வத்திராயிருப்பு
Tran1u bar	– ட்ராங்குபார்	– தரங்கம்பாடி
Ramnad	– ராம்நாட்	– ராமநாதபுரம்

தமிழக ஊர்களின் பெயருக்கு ஆதாரம் தமிழ் மொழிதான். சில இடங்களில் வடமொழியின் தாக்கமும் இருக்கும். இவற்றைத் தமிழ் / வடமொழி துணை கொண்டு சரியாக எழுத வேண்டும். ஆங்கிலத்தை அடிப்படையாகக் கொண்டு அல்ல.

இடங்களின் பெயரை மொழிபெயர்க்கக் கூடாது. ஆனால் சில ஊர்களின் பெயர்கள் ஆங்கிலத்தில் மொழிமாற்றப்பட்டுள்ளன. உதாரணம் செங்குன்றம் – *Red Hills* ஏழுகிணறு – *Seven wells* நீலகிரி – *Blue Mountain.* இவற்றை எழுதும்போது தமிழ் வடிவத்தையே பயன்படுத்த வேண்டும்.

28

இடங்களின் பெயர்களை எப்படி எழுதுவது?

நாடுகள், ஊர்கள் ஆகியவற்றை எழுதுவதில் பல நேரம் குழப்பம் ஏற்படும். உதாரணமாக England என்பதை ஆங்கில முறைப்படிச் சொன்னால் இங்க்லேண்ட் என்று வரும். ஆனால், அதைத் தமிழ் ஒலிப் பண்புக்கு ஏற்ப இங்கிலாந்து என்று எழுதும் மரபு 100 ஆண்டுகளுக்கு மேலாக உள்ளது. எனவே இங்கிலாந்து என எழுதுவதே சரி.

அயர்லாந்து, ஸ்காட்லாந்து, பின்லாந்து, ஐஸ்லாந்து ஆகிய இடங்களுக்கும் இது பொருந்தும்.

சான் ஃபிரான்சிஸ்கோ (அல்லது சான்பிரான்சிஸ்கோ), மிஷிகன் முதலான இடங்களின் பெயர்களில் குழப்பம் வரும்போது இணையத்தில் அவற்றின் சரியான உச்சரிப்புகளைக் கேட்டு, தமிழ் ஒலிப் பண்புக்கு ஏற்ப எழுத வேண்டும். (இங்கே குறிப்பிடப்பட்ட வடிவங்கள் முறையாகச் சரிபார்க்கப் பட்டவை; எனவே அவற்றைப் பின்பற்றலாம்.)

தென்னாப்பிரிக்காவின் ஜோகன்னஸ்பர்க், ரஷ்யாவின் பீட்டர்ஸ்பர்க் முதலான இடங்களுக்கும் இதே வழிமுறை பொருந்தும்.

உத்தரப் பிரதேசம், மத்தியப் பிரதேசம், சண்டீகர், பிகார், மகாராஷ்டிரம், சத்தீஸ்கர், உத்தராகண்ட் ஆகிய இடங்களின் பெயர்களை மேற்கண்ட விதங்களில் எழுத வேண்டும். இவை அந்தந்த மொழிகளைச் சார்ந்த ஒலிகளின் அடிப்படையில் கண்டறியப்பட்டவை. கூடவே தமிழ் ஒலிப் பண்புக்கு ஏற்பச் சிறிது உருமாற்றம் பெற்றவை (பிரதேஷ் – பிரதேசம், ராஷ்ட்ரா – ராஷ்டிரம், பிஹார் – பிகார்).

கேரளா, கர்நாடகா, ஆந்திரா ஆகியவற்றைக் கேரளம், கர்நாடகம், ஆந்திரம் என எழுதுவதே முறையானது.

தெலங்கானா என்பது சரி. தெலுங்கானா என்பது தவறு.

Ganges அல்லது *Ganga* என எழுதப்படும் நதியைக் கங்கை என்று தமிழில் குறிப்பிடும் பழக்கம் பல நூற்றாண்டுகளாக உள்ளது. எனவே, கங்கை என்றே குறிப்பிட வேண்டும். (கங்கா என ஒருவருடைய பெயர் இருந்தால் அதைக் கங்கை என எழுதக் கூடாது. கங்கா ஸ்வீட்ஸ் என்னும் கடையின் பெயரையும் கங்கை ஸ்வீட்ஸ் என மாற்றக் கூடாது.)

கங்கை, யமுனை, நர்மதை, மகாநதி, காவிரி, கோதாவரி, துங்கபத்திரை என எழுதுவதே சரி.

பிரம்மபுத்ரா என்பதை வலிந்து பிரம்மபுத்திரர் அல்லது பிரம்மபுத்திரம் என எழுத வேண்டாம். பிரம்மபுத்ரா என்றே பல ஆண்டுகளாக அது தமிழில் நிலைபெற்றுவிட்டது.

அயோத்யா, மதுரா, துவாரகா, பாடலிபுத்ரா என்றெல்லாம் எழுதுவதற்குப் பதிலாக

அயோத்தி, மதுரை, துவாரகை, பாடலிபுத்ரம் எனத் தமிழ் ஒலிப் பண்புக்கு ஏற்ப எழுதலாம். இவை நிலைபெற்ற வடிவங்கள்.

நிறுவனங்களின் பெயர்கள்

நிறுவனங்களின் பெயர்களை எழுதும்போது ஒரு நிறுவனம் / அமைப்பு எந்த மொழியில் பெயரிடப்பட்டிருக்கிறதோ அந்த மொழியில் அதன் உச்சரிப்பு என்ன என்பதைப் பொறுத்துத் தமிழில் எழுத வேண்டும். ரோட்டரி கிளப், லயன்ஸ் கிளப், காஸ்மோபோலிடன் கிளப், ரெட்கிராஸ், ஃபோர்டு ஃபவுண்டேஷன் ஆகியவற்றை அவற்றின் உச்சரிப்பின்படி எழுத வேண்டும்.

தமிழகத்தில் புழங்கும் ஒரு நிறுவனம் தன் பெயரைத் தமிழில் சொல்லிக்கொள்ளும் வழக்கம் இருந்தால் அதையே நாமும் பின்பற்றலாம்.

எடுத்துக்காட்டு:

லயன்ஸ் கிளப் – அரிமா சங்கம்

ரெட் கிராஸ் – செஞ்சிலுவைச் சங்கம்

ஆனால், ப்ளூ கிராஸ் என்பதை நீலச் சிலுவைச் சங்கம் என அவர்கள் தமிழில் குறிப்பிடுவதில்லை. எனவே நாமாகவே அப்படிக் குறிப்பிடுவதைத் தவிர்க்க வேண்டும். 'ப்ளூ' என்பதைத் தமிழ்ப் பண்புக்கு ஏற்ப 'புளூ' என்று குறிப்பிடலாம்.

29

பிறமொழிச் சொற்களை உள்வாங்குவது எப்படி?

தமிழில் எழுதும்போது கூடியவரை தமிழ்ச் சொற்களையே பயன்படுத்த வேண்டும் என்றாலும் சில சமயம் பிறமொழிச் சொற்களைப் பயன்படுத்த வேண்டியிருக்கும். சில சொற்கள் தமிழுக்கு மிகவும் பழக்கமாகிவிட்டவை. சில சொற்கள் தமிழில் சொன்னால் புரியாததால் (அல்லது அப்படிக் கருதப்படுவதால்) அப்படியே பயன்படுத்தப்படுபவை. அவற்றின் வகைமைகளைப் பார்க்கலாம்.

1. தமிழில் பிறமொழிச் சொற்கள் சில இயல்பாகப் புழங்குகின்றன.

எடுத்துக்காட்டுகள்: வார்த்தை, சந்தோஷம், ஆஜர், சைக்கிள், கார், கம்ப்யூட்டர், ஆக்ஸிலேட்டர், தேசம், ஸ்கேன், ஜெராக்ஸ், கேமரா, பிரகாசம், உதயம், ஃபேஷன், பேப்பர் ...

2. துறை சார்ந்த சொற்கள்: புதிதாக ஒரு துறையில் உருவாகும் சொற்கள் பிறமொழியில் இருக்கும்போது அதைப் பயன்படுத்த வேண்டிய தேவை ஏற்படுகிறது.

எடுத்துக்காட்டுகள்: கோட்–சூட், சாஃப்ட்வேர், புரொகிராம், விர்ச்சுவல், ரியாலிட்டி, வீடியோ ஸ்ட்ரீமிங், ஜெனிட்டிக் கோட்.

இத்தகைய சொற்களுக்கு உடனடியாகத் தமிழ்ச் சொற்கள் உருவாவது கடினம். எனவே இவற்றை அப்படியே பயன்படுத்த வேண்டிவருகிறது. நாளடைவில் இவற்றில் சில சொற்களுக்குத்

தமிழ் வடிவங்கள் உருவாக்கப்பட்டாலும் ஒரு சில சொற்கள் பிறமொழி வடிவங்களிலேயே நிலைபெற்றுவிடுகின்றன. மேலே கொடுக்கப்பட்டுள்ள உதாரணங்களில் சாஃப்ட்வேர் என்பது மென்பொருளாக வழங்கப்பட்டுவந்தாலும் வீடியோ ஸ்ட்ரீமிங் என்பது தமிழில் வழங்கப்படுவது அரிதாகவே இருக்கிறது.

3. நடையில் வித்தியாசம் காட்டுவதற்காகவும் நகைச்சுவை, அதிர்ச்சி, கலகலப்பு, முதலான நோக்கங்களுக்காகவும் பிறமொழிச் சொற்கள் சேர்க்கப்படுகின்றன.

எடுத்துக்காட்டுகள்: மரண பங்கம், ஷாக், அல்ட்டிமேட், ஆசம், க்யூட், லைக் அண்ட் ஷேர், சால்ட் அண்ட் பெப்பர், ட்யூட், ப்ரோ, டிஸ்கி . . .

இதில் மூன்றாவது காரணம் எழுத்தாளரின் / ஊடகத்தின் தன்மையைப் பொறுத்தது என்பதால் அதைப் பொது விதிக்குள் அடக்க முடியாது. என்றாலும், நகைச்சுவை, வித்தியாசமான ரசனை, இளமைத் துள்ளல் முதலான காரணங்களால் ஆசம், அல்ட்டிமேட், மாஸ் போன்ற சொற்களைப் பயன்படுத்தத் தொடங்கினால் அதற்கு முடிவே இருக்காது. எனவே இவற்றை ஒரு கட்டுக்குள் வைத்துக்கொள்ள வேண்டும்.

இரண்டாவது ரகத்தில் புதிய துறைகள் சார்ந்த புதிய சொற்கள் வருவதைத் தவிர்க்க இயலாது. ஆனால், விரைவிலேயே அந்தத் துறை சார்ந்த சொற்களைத் தமிழில் கொடுப்பதற்கான முயற்சிகளை மேற்கொள்ள வேண்டும். அப்போதுதான் நமது மொழி வளம் பெறும்.

கம்ப்யூட்டர் – கணினி, புரொகிராம் – நிரல், Browser – உலாவி, Upload – பதிவேற்றம், Download – பதிவிறக்கம், Genetical – மரபணு, Demonitisation – பண மதிப்பு நீக்கம் . . .

இப்படிப் பல சொற்கள் தமிழில் வந்ததற்குக் காரணம், தமிழில் சொல்ல வேண்டும் என்னும் முயற்சிதான். இந்த முயற்சி இல்லாவிட்டால் Ink, Paper. Plane, Bomb போன்ற சொற்களுக்குக்கூடத் தமிழ்ச் சொற்கள் வந்திருக்க முடியாது. இத்தகைய முயற்சிகள் சில சமயம் வெற்றிபெறாமல் போகலாம். சரியான சொற்கள் கிடைக்கத் தாமதமாகலாம். ஆனால், முயற்சி தொடர்ந்து நடைபெற வேண்டும். அப்போதுதான் புதிய வார்த்தைகள் தமிழில் உருவாகும். Virtual Reality என்பதற்கு மெய்நிகர் யதார்த்தம் என்னும் சொல் உருவாக்கப் பட்டுள்ளது. இப்படிப் பல ஆக்கங்கள் பலரது முயற்சியால் சாத்தியமாகியிருக்கின்றன.

முதல் ரகம், தமிழில் ஏற்கனவே இயல்பாகப் புழங்கும் பிறமொழிச் சொற்களைப் பற்றியது. சில சொற்கள் பிறமொழிச் சொல் என்று கண்டுபிடிக்க இயலா வண்ணம் தமிழோடு இயல்பாகக் கலந்துள்ளன. சில எடுத்துக்காட்டுகள்:

வார்த்தை	–	சொல்
அர்த்தம்	–	பொருள்
ஆரம்பம்	–	தொடக்கம்
பேப்பர்	–	தாள்
ஃபைல்	–	கோப்பு
சீக்கிரம்	–	விரைவில் / விரைவாக / விரைந்து
தேகம்	–	உடல்
சினிமா	–	திரைப்படம்
கேமரா	–	ஒளிப்படக் கருவி
கீபோர்டு	–	விசைப்பலகை
டைப்பிங்	–	தட்டச்சு
ஜாக்கிரதை	–	எச்சரிக்கை
சாவி	–	திறவுகோல்
கீதம்	–	பாடல்

இப்படிச் சொல்லிக்கொண்டே போகலாம். தமிழில் உரிய சொல் இல்லாத பிறமொழிச் சொற்களும் உள்ளன (எடுத்துக்காட்டு: Bottle). இந்தச் சொற்களைத் தவிர்த்துவிட்டுத் தனித்தமிழில் எழுத வேண்டுமா, வேண்டாமா என்பது அவரவர் பார்வையைப் பொறுத்தது. வெகு மக்களைச் சென்றடைய வேண்டிய ஊடகங்கள் இந்த விஷயத்தில் கறாராக இருக்க முடியாது. அதே சமயம் எந்த மொழியாக இருந்தால் என்ன என்னும் போக்கில் இருந்தால் தமிழ்ச் சொற்கள் சில வழக்கொழிந்து போய்விடக்கூடும்.

தமிழுக்கு நம்மால் இயன்ற தொண்டினைச் செய்வது நம் கடமை. எனவே கூடியவரை தமிழ்ச் சொற்களைப் பயன்படுத்தலாம்.

சரி. தவிர்க்க முடியாத காரணங்களால் பிறமொழிச் சொற்களைப் பயன்படுத்தும்போது அவற்றை எப்படி எழுதுவது?

30

தமிழ் ஒலி, தமிழ் எழுத்து

பிறமொழிச் சொற்களை எழுதும்போது கடைப்பிடிக்க வேண்டிய முறைமைகளைப் பார்க்கலாம்.

ஜோஹன்னஸ்பர்க், ரிஷப் பந்த், மத்தியப் பிரதேசம் முதலான பெயர்ச் சொற்களை எழுதும்போது கடைப்பிடிக்க வேண்டிய விதிமுறை களில் பலவும் பிறமொழிச் சொற்களுக்குப் பொருந்தும். கூடுதலாக மேலும் இவற்றைக் கணக்கில் எடுத்துக்கொள்ள வேண்டும்.

அடிப்படைகள்

1. ஒரு சொல் எந்த மொழியிலிருந்து வருகிறதோ அந்த மொழியில் அதன் உச்சரிப்பு என்னவென்பதை அறிந்து அதற்கேற்ப எழுத வேண்டும்.

    அப்படி அறிவதற்கான வழிமுறைகள் பெயர்களை எழுதுவது குறித்துக் கடந்த அத்தியாயங்களில் பார்த்திருக்கிறோம். மொழி அறிந்தவர்கள், இணையப் பக்கங்கள், தொலைக்காட்சி செய்திகள், திரைப்படம் முதலான ஊடகங்கள் ஆகியவற்றின் உதவியுடன் இவற்றை அறியலாம்.

2. தமிழ் ஒலிப் பண்புக்கு ஏற்பத் தகவமைத்துக் கொள்ள வேண்டும்.

எடுத்துக்காட்டு

சந்தோஷம் (மூலத்தில் சந்தோஷ் / சந்தோஷ)

விஷயம் (மூலத்தில் விஷய் / விஷய)

குரோதம் (க்ரோதம்)

பாவம் (பாபம்)

புண்ணியம் (புண்யம்)

பிரிட்டன் (ப்ரிட்டன்)

பிரகாசம் (ப்ரகாஷ)

பிரசாதம் (ப்ரசாத்)

காட்சி (காக்ஷி)

சாட்சி (சாக்ஷி)

தீட்சிதர் / தீட்சித் (தீக்ஷிதர்)

மோட்சம் (மோக்ஷ)

பிரியம் (ப்ரியம்)

அன்னியோன்னியம் (அன்யோன்ய)

எளிமை என்னும் அளவுகோல்

வடமொழிச் சொற்களை எழுதும்போது ஜ, ஹ, ஸ, க்ஷ ஆகிய எழுத்துகள் தேவைப்படும். ஆனால், கூடியவரை இவற்றைத் தவிர்த்து எழுதினால் தமிழில் படிக்க எளிமையாக இருக்கும்.

காக்ஷி என்பதைக் காட்டிலும் காட்சி என்பது எளிதாக இருக்கும்.

ஸரஸ்வதி என்று நாம் எழுதுவதில்லை. சரஸ்வதி என எழுதுகிறோம். இடையில் வரும் ஸ் என்னும் எழுத்தைத் தவிர்க்கவில்லை என்பதைக் கவனியுங்கள். இதைத் தவிர்த்துவிட்டு இதே ஒலி வரும் சொல்லைப் பயன்படுத்துவது கடினம். சிலர் சரசுவதி என்று எழுதி இந்தப் பிரச்சினையைத் தீர்க்கிறார்கள். ஆனால், இதில் ஒலி மாறுபாடு ஏற்படுவதால் சரஸ்வதி என்றே எழுதலாம்.

இந்து, இந்தி என்றே எழுதலாம். ஹிந்து, ஹிந்தி என்று எழுத வேண்டாம்.

ஆஹாரம் என்பதை ஆகாரம் என எழுதுகிறோம். விஹாரம் என்பது விகாரம் அல்லது விகாரை. ஆனால், கமல்ஹாஸன் போன்ற தனிநபர்களின் பெயர்களை கமலகாசன் என எழுதக் கூடாது என்று முன்பே பார்த்தோம். அதையும் கவனத்தில் கொள்ள வேண்டும்.

உருது மொழியிலிருந்து வரும் சொற்கள்:

பேனசீர், பிரேம் நசீர், முஜிபுர் ரஹ்மான், ஜாவேத் அக்தர், பஜார், பேஜார், நிஜாம்,

இந்தச் சொற்களில் வரும் ச ஜ ஆகிய இரு ஒலிகளின் மூல ஒலியும் ஒன்றுதான் ஆங்கிலத்தில் உள்ள Z ஒலிக்கு ஒப்பான ஒலி அது. இந்த ஒலி பெயரின் நடுவில் வரும்போது ச என்னும் எழுத்தும் தொடக்கத்தில் வரும்போது ஜ என்றும் எழுத்தும் பயன்படுத்தப்படுகின்றன. பேஜார், பஜார் இரண்டிலும் நடுவில் வரும் எழுத்திலும் ஜ வருகிறது. இவை அனைத்துமே ஏற்கெனவே நிலைபெற்ற சொற்கள் என்பதால் இவற்றை அப்படியே பயன்படுத்துவது முறையானது.

31

ஆங்கிலச் சொற்களை எழுதுவது எப்படி?

ஆங்கிலச் சொற்களைத் தமிழில் எப்படி எழுதுவது என்பதை ஆங்கிலச் சொற்களில் உள்ள எழுத்துகளை (Spelling) வைத்து முடிவு செய்யக் கூடாது. உச்சரிப்பை வைத்து மட்டுமே முடிவு செய்ய வேண்டும். எல்லா மொழிக்கும் இது பொருந்தும். எனினும் ஆங்கில Spelling முழுவதும் தர்க்கபூர்வமானது அல்ல. Cut, Put ஆகிய இரு சொற்களிலும் U என்னும் எழுத்து வெவ்வேறு ஒலிகளைக் கொண்டிருக்கிறது. Ant, Alien, Admit ஆகிய சொற்களில் 'A' என்னும் எழுத்துக்கு மாறுபட்ட ஒலிகள் உள்ளன. எனவே U என்று வந்தால் இப்படி, A என்று வந்தால் இப்படி என்று நாம் முடிவுசெய்ய முடியாது Bயின் ஒலி பெரும்பாலும் மாறுவதில்லை. ஆனால் Subtle என்னும் சொல்லில் அது ஒலிக்காமல் மௌனம் சாதிக்கிறது. எனவே எழுத்தை அல்ல, உச்சரிப்பையே நாம் கவனிக்க வேண்டும்.

சிலர் Personal என்பதை பெர்சனல் என்று எழுதுகிறார்கள். Pe என்று இருப்பதால் அவ்வாறு எழுதுகிறார்கள். ஆனால், இதன் உச்சரிப்பு பர்சனல் என்று உள்ளது. எனவே 'பெ' தேவையில்லை. பர்சனல் போதும். பர்ஃபெக்ட், பர்ஃபார்மன்ஸ் ஆகியவற்றுக்கும் இது பொருந்தும்.

Dealing என்பதை டீலிங்க் என்று உபரியாக 'க்' சேர்க்கிறார்கள். காரணம் 'g' வருவதுதான்.

ஆனால், கடைசியில் வரும் '*g*' க்கு ஒலியே கிடையாது. *Silent.* எனவே அதைத் தமிழில் கொண்டுவர வேண்டியதில்லை.

Managing Director என்பதை மேனேஜிங்க் டைரக்டர் என எழுதுவதில்லை. *Song* என்பதை சாங்க் என எழுதுவதில்லை. அது போலவே *Dealing, Feeling* என்பனவற்றுக்கும் '*g*' யைக் கணக்கில் எடுத்துக்கொள்ள வேண்டாம். டீலிங், ஃபீலிங் என்று எழுதலாம். *Morning* என்பது மார்னிங், மார்னிங்க் அல்ல.

De-link என்பதை டீலிங்க் என்று எழுதியாக வேண்டும். காரணம், கடைசியாக வரும் *K* அழுத்தமாக ஒலிக்கிறது.

Ink, Link என்னும் சொற்களை இன்க், லின்க் என எழுதுவது தவறு. இங்க், லிங்க் என எழுதுவதே மூலத்தின் உச்சரிப்புக்கு நெருக்கமானது. தவிர, தமிழில் ங–க இரண்டும் இணைந்து வரும். ன–க ஆகியவை இயல்பாக இணையாது.

Punch, Lunch ஆகியவற்றை பன்ச், லன்ச் என எழுதுவது தவறு. பஞ்ச், லஞ்ச் என எழுதுவதே சரி. காரணம் மூலச் சொல்லின் ஒலி. தவிர, தமிழில் ஞ–ச ஆகியவை ஒன்றாகச் சேரும். ன–ச ஆகியவை சேராது.

N வந்தால் 'ன்' போட வேண்டும் என்பவர்கள் *Monk, Drunk* ஆகியவற்றைத் தமிழில் எழுதும்போது ங் போட்டுத்தான் எழுதுகிறார்கள் (மாங்க், டிரங்க்). எனவே ஆங்கில எழுத்தை வைத்துக்கொண்டு பொது விதிகளை உருவாக்குவதை விட்டுவிட்டு, உச்சரிப்பைப் பின்தொடர்ந்து மூலச் சொல்லின் ஒலியை முடிந்தவரையிலும் கொண்டுவர முயல்வோம்.

பர்சனல், இங்க், மேனேஜிங், பாங்க், டீலிங், பஞ்ச், இஞ்ச் ஆகிய சொற்களை முன்னுதாரணமாகக் கொண்டு இதே போன்ற பிற சொற்களைப் பற்றி முடிவெடுக்கவும்.

NT, ND CL…

பொதுவாக ஆங்கிலத்தில் *NT* அல்லது *ND* என்னும் எழுத்துகள் வரும்போது தமிழில் அதை ண்ட் (சவுண்டு, வாண்ட், காண்ட், சேண்டல்ஸ் . . .) என்ற எழுத்துகளைப் பயன்படுத்தி எழுதுகிறோம். ஆனால், ஆங்கிலத்தில் ண, ள என்னும் ஒலிகள் கிடையாது. எனவே *NT* அல்லது *ND* என்று வரும் ஆங்கிலச் சொற்களைத் தமிழில் எழுதும்போதும் *CL* ண, ள ஆகிய எழுத்துகளைத் தவிர்க்கலாம்.

Flight, claim, failure, delight ஆகிய சொற்களில் *L* என்னும் எழுத்து ஆங்கிலேயர்களால் ஒரே விதமாகத்தான்

உச்சரிக்கப்படுகிறது. ஆனால், *failure* என்பதை ஃபெய்லியர் என்று சொல்லும் நாம், *claim* என்பதை க்லெய்ம் என்று சொல்வதற்குப் பதில் க்ளெய்ம் என்று அழுத்தம் கூட்டுகிறோம். டிலைட் என்று மென்மையாகச் சொல்லும் தமிழ் நாக்கு ஃப்ளைட் என்று சொல்லும்போது அழுத்தம் தருகிறது. இவற்றை எழுதும் விதத்திலும் இது பிரதிபலிக்கிறது. எனவே க்லெய்ம், ஃப்லைட் என எழுதுவது ஆங்கில உச்சரிப்புக்கு நெருக்கமாக இருக்கும் என்றாலும் பழகிய வடிவங்களான க்ளெய்ம், ஃப்ளைட் ஆகியவற்றை மாற்றாமல் விட்டுவிடலாம்.

அதுபோலவே சைக்கிள், சவுண்டு எனப் பல சொற்கள் ண, ள ஆகிய எழுத்துகளைப் பயன்படுத்தி எழுதப்படுகின்றன. இவை நிலைபெற்ற வடிவங்கள் என்பதால் இவற்றை மாற்ற வேண்டியதில்லை.

புதிய சொற்களையும் அதிகம் பழகியிராத சொற்களையும் எழுதுகையில் ன, ல போட்டு எழுதலாம்.

Insurance என்பதை எப்படி எழுதுவது?

ஆயுள் காப்பீடு என்று எழுதுவதே பொருத்தமானது. இது எளிதில் புரிகிறது. மக்களிடையே பழக்கமாகி, நிலைபெற்ற சொல்லாகவும் இருக்கிறது. இன்ஷ்யூரன்ஸ் என்று எழுதுவதைத் தவிர்க்கலாம்.

United Insurance என்று நிறுவனத்தின் பெயரை எழுத வேண்டியபோது, யுனைடட் இன்ஷ்யூரன்ஸ் என எழுதலாம். இன்ஷூரன்ஸ், இன்சுரன்ஸ் ஆகியவை ஆங்கில ஒலியின் சரியான பிரதிபலிப்புகள் அல்ல.

32

தமிழ் ஒலிப்பண்பு

பிறமொழிச் சொற்களைப் பயன்படுத்தும்போது கவனிக்க வேண்டிய பல கூறுகளைக் கடந்த சில பத்திகளில் பார்த்தோம். இதுபோன்ற பட்டியல்கள், எடுத்துக்காட்டுகள் ஆகியவை பொதுவாக வழிகாட்டுபவையாகத்தாம் அமைய முடியும். எல்லா விதமான சூழல்களையும் சவால்களையும் அவற்றுக்கான முழுமையான பட்டியலையும் யாராலும் தர முடியாது. காரணம், மொழி என்பது கடல் போன்றது. இதுபோன்ற பயிற்சிக் கையேடுகளில் சில தவறுகளையும் சரிகளையும் சுட்டிக்காட்டிச் சில அடிப்படைகளைப் புரியவைக்க முயற்சி செய்யலாம்.

இதுவரை பார்த்த விதிகள், மரபுகள், முறைமைகளின் அடிப்படைக் கூறுகளைச் சுருக்கமாக இங்கே நினைவுகூரலாம்.

தமிழில் மெய்யெழுத்தில் சொல் தொடங்காது. எனவே ப், க், ட் ஆகிய மெய்யெழுத்துகளில் தொடங்கும் சொற்களைத் தமிழ் ஒலிப் பண்புக்கு ஏற்ப பி, பு, கு, சி, டு என்னும் எழுத்துகளைப் பயன்படுத்தி எழுத வேண்டும்.

எடுத்துக்காட்டுகள்

1. பிரகாசம், பிரிட்டிஷ், பிராவோ, கிறிஸ்து, பிரம்மம், குரோதம், கிராஸ் . . .

   ப்ரியா, ப்ரகாஷ, த்ருவ், ப்ரீத்தி, க்றிஸ்டி ஆகிய பெயர்களைக் கொண்டவர்கள் தங்கள்

பெயர்களை இப்படியேதான் எழுத வேண்டும் என்று சொன்னாலொழிய நாம் 'ப்', 'க்', 'த்' ஆகிய எழுத்துகளில் ஒரு சொல்லைத் தொடங்க வேண்டாம்.

2. இடையில் வரும் எழுத்துகளில் உள்ள சில சேர்க்கைகளும் தமிழ் ஒலிப் பண்புக்கு அன்னியமாக இருக்கும்.

தமிழில் கங சஞ டண தந பம றன ஆகிய எழுத்துகள் ஒன்றாகச் சேரும். எடுத்துக்காட்டுகள்:

தங்கம், மஞ்சள், கட்டணம், தந்தம், கலம்பகம், சென்றன ...

அதேபோல, ஒரே எழுத்து இரட்டிக்கும்: ச், ட், த், ப், க், ற், ம் ...

எடுத்துக்காட்டுகள்

பச்சை, பட்டை, அத்தை, சப்பை, பக்கம், பற்றி, அம்மை ...

கங சஞ போன்ற இணைகள் பிறக்கும் இடம் ஒன்றாக இருப்பதைக் கவனியுங்கள். மங்சள், கண்கு என்று தமிழில் வரவே வராது. கங சஞ போன்ற இணைகள் சேர்ந்தேவரும். இயல்பான இந்த இணைகள் உச்சரிப்புக்கு மிகவும் எளிதானவை.

பிற மொழிகளில் இவற்றினின்றும் மாறுபட்ட எழுத்துகள் ஒன்றாகச் சேரும்.

ப்ரச்ன, அஸ்த்ர, சாஸ்த்ர, க்றிஸ்டி, க்ரோ, ப்ரிஸ்டல், பாத்ர, சித்ர ...

ச்ன, த்ர, க்றி ஆகிய ஒலிகள் தமிழுக்கு அன்னியமானவை. எனவே அவற்றைச் சற்றே உருமாற்றிப் பயன்படுத்துவது தமிழ் மரபு.

எடுத்துக்காட்டுகள்

சித்ர – சித்திரம், பாத்ர – பாத்திரம், சாஸ்த்ர – சாஸ்திரம் / சாத்திரம், ஸூர்ய – ஸூரியன், வீர்ய – வீரியம், கார்ய – காரியம் ...

இவற்றை எழுதுவதுபோலத்தான் பிரச்ன என்பதை பிரச்சினை என எழுத வேண்டும். ஆச்சர்ய என்பதை ஆச்சரியம் என எழுத வேண்டும்.

இதே விதியின்படி அத்ரஷ்ட என்பதை அதிருஷ்டம் என எழுத வேண்டும். ஆனால், அதிர்ஷ்டம் என்னும் வடிவம் நிலைபெற்றுவிட்டதால் அதை மாற்ற வேண்டாம் என்னும் பார்வை இருக்கிறது. எனவே அதிர்ஷ்டம், துரதிர்ஷ்டம் என எழுதலாம்.

தமிழ் ஊடகங்கள் கிட்டத்தட்ட 100 ஆண்டு வரலாறு கொண்டவை. பாரதியின் காலத்திலிருந்து இன்றுவரை ஊடக மொழியில் பல விதமான மாற்றங்கள் ஏற்பட்டுள்ளன. ஊடக மொழி பரிணாம வளர்ச்சி பெற்றுள்ளது. சில ஊடகங்கள் இவற்றைக் கவனமாக உள்வாங்கிச் செயல்படுகின்றன. பல ஊடகங்கள் அப்படிச் செய்வதில்லை. பழைய இதழ்களின் பக்கங்களை அவ்வப்போது படித்துவந்தால் அது பல விதங்களிலும் பயனுள்ளதாக இருக்கும்.

33

கிழமைகள், மாதங்கள், தேதிகள்...

கிழமைகள், மாதங்கள், தேதிகள், ஆண்டுகள் ஆகியவற்றை எப்படி எழுதுவது என்று பார்ப்போம்.

கிழமைகள்:

ஞாயிற்றுக்கிழமை, திங்கட்கிழமை, செவ்வாய்க்கிழமை, புதன்கிழமை, வியாழக்கிழமை, வெள்ளிக்கிழமை, சனிக்கிழமை என்று கிழமைகளை எழுதும்போது இடைவெளி இல்லாமல் ஒரே சொல்லாக எழுத வேண்டும்.

திங்கள், புதன், ஞாயிறு என்று சுருக்கமாகவும் எழுதலாம்.

மாதங்கள்:

ஜனவரி, பிப்ரவரி, மார்ச், ஏப்ரல், மே, ஜூன், ஜூலை, ஆகஸ்ட், செப்டம்பர், அக்டோபர், நவம்பர், டிசம்பர்.

ஜூன், ஜூலை ஆகிய மாதங்களில் நெடில் இருப்பதைக் கவனிக்கவும்.

ஆகஸ்ட் என எழுதும்போது ஆகஸ்டு என்று சிலர் எழுதுகிறார்கள். ஆங்கிலத்தில் T என முடியும் சொற்களை ட் எனவும் D என முடியும் சொற்களை டு எனவும் தமிழில் எழுதலாம். இது உச்சரிப்பு தொடர்பான அழுத்தத்தைக் குறிக்கும்.

Mist என்பதை மிஸ்ட் எனவும் Missed என்பதை மிஸ்டு எனவும் எழுதலாம்.

Department, street, secret, perfect, concrete, plate முதலான சொற்களைத் தமிழில் எழுதும்போது ட் என்னும் எழுத்தில் முடிக்கலாம். டிபார்ட்மென்ட், ஸ்ட்ரீட், பர்ஃபெக்ட், காங்க்ரீட், பிளேட்,

Blade, mode, pad, grade முதலான சொற்களைத் தமிழில் எழுதும்போது டு என்னும் எழுத்தில் முடிக்கலாம். பிளேடு, மோடு, பேடு, கிரேடு...

வழக்கம்போலவே இதற்கும் விதிவிலக்குகள் இருக்கின்றன. நிலைபெற்ற வழக்குகளை அப்படியே விட்டுவிடலாம். பொதுவாகப் பார்க்கும்போது இந்த விதியைக் கடைப்பிடிக்கலாம்.

தேதிகள்

கட்டுரை அல்லது செய்தியில் தேதிகளை எழுதும்போது கூடியவரையில் எண்களை மட்டும் வைத்து எழுதுவதைத் தவிர்க்க வேண்டும். 18.08.2018 என்று எழுதும்போது எந்த மாதம், எந்த ஆண்டு என்பவை உடனடியாகக் கவனத்துக்கு வராது.

ஆண்டுகள், தேதிகளை எண்ணில் எழுதலாம். மாதங்களை எழுத்தில் எழுதலாம். இது வாசிப்புக்கு எளிதாக இருக்கும்.

நடப்பு மாதமாக இருந்தால் ஆகஸ்ட் 18 அன்று என எழுதலாம்.

இந்த ஆண்டின் கடந்துபோன மாதங்களைச் சேர்ந்த நாளாக இருந்தால்,

கடந்த ஜூலை 18 அன்று என எழுதலாம்.

நடப்பு ஆண்டின் ஜூலை மாதம் 18ஆம் தேதி எனவும் எழுதலாம்.

கடந்த ஆண்டில் நடந்த ஒரு நிகழ்ச்சியைக் குறிப்பிடும்போது கடந்த ஆண்டு என்று போடுவதைக் காட்டிலும் ஆண்டினை நேரடியாகக் குறிப்பிட்டுவிடலாம். இந்தக் கட்டுரை அல்லது செய்தியை யாரேனும் ஓராண்டு அல்லது ஒரு சில ஆண்டுகள் கழித்துப் படித்தால் கடந்த ஆண்டு என்பது எதைக் குறிக்கிறது என்பதை அறிய அவர் இதழின் தேதியைப் பார்க்க வேண்டியிருக்கும். ஆண்டை நேரடியாகக் குறிப்பிட்டுவிட்டால் அந்தச் சிக்கல் இருக்காது.

2018ஆம் ஆண்டு ஆகஸ்ட் 10ஆம் தேதி என்று எழுதலாம்.

கடந்த ஆகஸ்ட் என்று எழுதுவதுபோல கடந்த 2017 என எழுத வேண்டாம். ஏனெனில், வரலாற்றில் பல ஆகஸ்ட் மாதங்கள் உள்ளன. ஆனால், ஒரே ஒரு 2017தான் உள்ளது (கிமு, கிபி என்று பிரித்தாலொழிய). எனவே வெறுமனே 2017 என்று போட்டால் போதும்.

கடந்தாண்டு, இந்தாண்டு எனச் சேர்த்து எழுதுவதைத் தவிர்க்கலாம். கடந்த ஆண்டு, இந்த ஆண்டு என எழுதுவது வாசிப்புக்கு எளிதாக இருக்கும்.

34

எண்ணும் எழுத்தும்

பத்துக்குள் இருக்கும் எண்களை எழுத்தில் எழுதுவது மரபு. ஒற்றை இலக்க எண்கள் பார்ப்பதற்கும் வாசிப்புக்கும் இயல்பாக இராது. பக்கத்தில் இருக்கும் எழுத்துடன் சேர்ந்து சில சமயம் குழப்பத்தையும் ஏற்படுத்தலாம். எனவே ஒற்றை இலக்க எண்களை எழுத்தில் எழுதுவது நல்லது.

இரண்டு, மூன்று, நான்கு இலக்க எண்களை எண்ணில் எழுதுவதே பொருத்தமானது. ஆனால் ஐந்து இலக்க எண்களைப் பாதி எண்ணிலும் பாதி எழுத்திலும் எழுதலாம்.

25 ஆயிரத்து முப்பது. 34 ஆயிரத்து நானூறு.

ஐந்துக்கு மேற்பட்ட இலக்கங்களுக்கும் இது பொருந்தும்.

123456 என்று எழுதுவதற்குப் பதிலாக,

ஒரு லட்சத்து 23 ஆயிரத்து 456 என்று எழுதலாம். பெரிய இலக்க எண்களைப் படித்துப் புரிந்துகொள்வது எல்லோருக்கும் எளிது அல்ல. எனவே அவற்றை எல்லோருக்கும் புரியும்படி எழுத வேண்டும்.

பெரிய இலக்கங்கள் கொண்ட எண்களை எழுதும் முறைக்குச் சில உதாரணங்கள்:

15 லட்சத்து 45 ஆயிரத்து 380

இரண்டு கோடியே 47 லட்சத்து 56 ஆயிரத்து 400

48 கோடியே 56 லட்சத்து 89 ஆயிரத்து 200

ஆம், ஆவது

பத்தாவது, ஆறாவது, ஐந்தாவது என்றெல்லாம் எழுதுவதில் பிழை இல்லை. ஆனால், பத்தாம் என்று சொல்வதே முறையான உரைநடை வழக்கு. எனவே ஆம் என்பதையே பயன்படுத்த வேண்டும்.

எனினும், ஆவது என்று பயன்படுத்துவதும் தற்போது வழக்கத்திற்கு வந்துவிட்டது. அதில் தவறில்லை. எனவே பத்தாவது, 100ஆவது என்றும் எழுதலாம். ஆனால், ஒரே கட்டுரையில் 23ஆம் என்று ஓரிடத்திலும் 234ஆவது என இன்னொரு இடத்திலும் எழுதக் கூடாது. ஒரே சீராக ஆம், ஆவது ஆகிய இரண்டில் ஒன்றைப் பயன்படுத்த வேண்டும்.

ஏற்கெனவே பார்த்தபடி, ஒற்றை இலக்க எண்களை எழுத்தில் எழுதலாம்.

ஒன்றாம் நாள், இரண்டாம் கட்டம், மூன்றாம் தேர்தல், எட்டாம் வகுப்பு, ஒன்பதாம் வரிசை என்றே எழுத வேண்டும்.

இவற்றை ஒன்றாவது, இரண்டாவது... என்றும் எழுதலாம்.

இரட்டை இலக்கமும் அதற்கு மேலும் உள்ள எண்களை எழுதும்போது,

123ஆம் வட்டம், 25ஆம் நாள், 1000ஆவது முறை...

தேதிகளைக் குறிப்பிடுகையில்,

ஆகஸ்ட் 12இல் என்றோ, ஆகஸ்ட் 12 அன்று என்றோ குறிப்பிடலாம்.

மார்ச் 10-ல் என்றோ, ஏப்ரல் 23ல் என்றோ பலரும் எழுதுகிறார்கள். சிறு கோடு (-) போட்டு எழுதுவதைக் கூடிய வரையிலும் தவிர்க்கலாம். நிறுத்தக்குறிகள் தவிர்க்க முடியாத இடங்களில் மட்டும் இடம்பெறுவதே நல்லது. கூடிய வரை தமிழ் எழுத்துகளைப் பயன்படுத்தியே எழுதலாம்.

23ல் என்னும்போது அதன் ஒலி முழுமைபெறவில்லை. மார்ச் இருபத்து மூன்றில் என்பதில் உள்ள 'ல்' என்பது வெறும் 'ல்' அல்ல. மூன்று + இல் = மூன்றில். எனவே இந்த 'இல்' என்னும் பின்னொட்டையே எண்களை எழுதும்போது பயன்படுத்துவதே முறையானது.

2017இல் பிறப்பிக்கப்பட்ட சட்டம், 2013இல் நடந்த தேர்தலில்...

முக்கியமான விதிகள்

படிக்க எளிதாக இருக்க வேண்டும்.

நிறுத்தக்குறிகளைக் கூடிய வரை தவிர்த்துவிட்டு எழுத்துகளைப் பயன்படுத்த வேண்டும்.

சொல்லும்போது வரும் ஒலிகளை எழுத்தில் கொண்டுவர முயற்சி செய்ய வேண்டும்.

பின்னங்கள்

கால், அரை, முக்கால், அரைக்கால் ஆகிய பின்னங்களுக்கு எண்கள் / குறியீடுகள் பயன்படுத்த வேண்டாம். அவை வாசிப்புக்கு இடையூறாக இருக்கும். கால், அரை, என்று எழுத்திலேயே தந்துவிடலாம்.

உதாரணம்:

நாலே கால், மூன்றரை, எட்டே முக்கால்.

35

ஃபிரிட்ஜும் ட்விட்டரும்

அறிவியல், மருத்துவம், பொருளியல், நீதித் துறை முதலான துறைகளைப் பற்றி எழுதும்போது துறை சார்ந்த நூல்கள் எழுதப்படும் விதத்தில் எழுதக் கூடாது. சாதாரண வாசகருக்குப் புரியும் விதத்தில் எழுத வேண்டும். ஊசி என்று எழுதினால் *Injunction* என்று புரிந்துவிடும். அறுவை சிகிச்சை என எழுதினால் ஆபரேஷன் அல்லது சர்ஜரி என்று புரியும். சில சொற்கள் அவ்வாறு புரியாது. ஏனென்றால் அது பலருக்கும் பழக்கமாகியிராது. அத்தகைய சொற்களைப் பயன்படுத்தும்போது அடைப்புக் குறிக்குள் ஆங்கிலச் சொல்லைக் கொடுத்துவிட வேண்டும்.

உதாரணம்:

மூலக்கூறு (Molecule), ஒளிச்சேர்க்கை (Photosynthesis)

அறிவியல், மருத்துவக் கலைச் சொற்களுக்கான பொருள்களை அறிய இணையத்தில் பல தளங்கள் உள்ளன. அவற்றைப் பயன்படுத்திக்கொள்ளலாம். அறிவியல் கலைச் சொற்கள் என்று கூகிள் தேடுபொறியில் தேடினால் பல பக்கங்கள் கிடைக்கின்றன. இதேபோல எல்லாத் துறைகளுக்கு மான பல சொற்களை அறியலாம். அப்படித் தமிழில் கிடைக்காத சொல்லை அப்படியே பயன்படுத்தி அதற்கு விளக்கமும் கொடுக்கலாம்.

உதாரணம்:

லிப்போசக்ஷன் (Liposuction) என்னும் சொல்லுக்குச் சரியான தமிழ்ச் சொல் இல்லை.

எனவே, 'லிப்போசக்ஷன் (உடலில் தேவையற்ற சதையை உறிஞ்சி எடுக்கும் அறுவை சிகிச்சை) செய்துகொள்ள அதிகச் செலவாகும்' என்று எழுதலாம்.

இது பொருளாதாரம், அரசியல், கலை உள்ளிட்ட எல்லாத் துறைகளுக்கும் பொருந்தும்.

தேர்தல் தொடர்பான சில சொற்கள்:

Opinion poll	:	கருத்துக்கணிப்பு
Exit poll	:	வாக்குக்கணிப்பு
Feedback	:	கருத்துக்கேட்பு
Response	:	கருத்து / பதில்
Psephology	:	கருத்துக் கணிப்பியல்
Referendum	:	வாக்கெடுப்பு
Poll	:	வாக்குப்பதிவு

சட்டமன்றம், மக்களவை, மாநிலங்களவை, நகராட்சி ஆகியவை சரியான வடிவங்கள். நீதிமன்றம் என்பதைச் சேர்த்து ஒரே சொல்லாக எழுத வேண்டும். உயர் நீதிமன்றம், உச்ச நீதிமன்றம் என எழுத வேண்டும்.

Lower court என்பதைக் கீழமை நீதிமன்றம் என்றே எழுத வேண்டும். கீழ் நீதிமன்றம் என்று அல்ல.

Affidavit	–	வாக்குமூலம்
Evidence	–	தடயம் (தடையம் அல்ல)
Witness	–	சாட்சி
Forensic	–	தடய அறிவியல்
Accused	–	குற்றம்சாட்டப்பட்டவர்
Charge	–	குற்றச்சாட்டு
Charge sheet	–	குற்றப்பத்திரிகை
FIR	–	முதல் தகவல் அறிக்கை. சுருக்கமாக எஃப்.ஐ.ஆர். (மு.த.அ. அல்ல)

முதலில் தான் சொன்னதைப் பிறகு மறுத்துக் கூறும் சாட்சியைப் பிறழ்சாட்சி என்று சொல்லலாம். கொச்சை வழக்கைப் பயன்படுத்திச் சொல்வதாக இருந்தால் சாட்சி

'பல்டி' அடித்தார் என்று எழுதலாம். ஆனால், முக்கியமான, தீவிரமான வழக்குகளில் இந்தச் சொல்லைப் பயன்படுத்தக் கூடாது. வேடிக்கைக்காக மட்டுமே பயன்படுத்த வேண்டும்.

ஃபேஸ்புக், ட்விட்டர்

Social Networking websites என்பதைச் சமூக வலைதளங்கள் என்று எழுதலாம். ஆனால், ஃபேஸ்புக், ட்விட்டர், வாட்ஸ்ஆப் ஆகியவற்றை முகநூல், கீச்சறை என்றெல்லாம் மொழிபெயர்க்கலாமா என்பது விவாதத்துக்கு உரியது. இவை இரண்டும் நிறுவனத்தின் வணிக அடையாளப் பெயர்கள் (*Brand Names*). கோத்ரெஜ், சிந்தால் ஆகிய பெயர்களைப் போல. ஃப்ரிட்ஜ் என்பதைக் குளிர்பதனப் பெட்டி என மொழிபெயர்க்கலாம். ஆனால், கோத்ரெஜ், சாம்சங் ஆகிய வணிகப் பெயர்களை மொழிபெயர்க்கக் கூடாது. ஃபேஸ்புக், ட்விட்டர் ஆகியவை அத்தகையவை.

ஆனால், முகநூல் என்பது நிலைபெற்றுவிட்டதால் அதைப் பயன்படுத்தலாம்.

ஜிமெயில், யாஹூமெயில் ஆகியவற்றை மொழிபெயர்க்கக் கூடாது. ஆனால், ஈமெயில் என்பதை மின்னஞ்சல் என்றும் *SMS* என்பதைக் குறுஞ்செய்தி என்றும் மொழிபெயர்க்கலாம். *Forward* என்பதை மடைமாற்றுதல் எனச் சொல்லலாம். இதைவிடவும் நல்ல சொல்லாக்கம் இருந்தால் அதையும் பயன்படுத்தலாம்.

பொதுவாகவே துறை சார்ந்த சொற்கள் விஷயத்தில் கவனிக்க வேண்டியவை:

கூடியவரை தமிழில் எழுத வேண்டும்.

வணிக அடையாளப் பெயர்களை மொழிபெயர்க்க வேண்டாம்.

நிலைபெற்ற சொற்களை மாற்ற வேண்டாம்.

பொருள்கள் / கருவிகளின் பெயர்கள் (*Mouse, Launch Pad...*), செயல்பாடுகள் (*Welding, processing, tuning...*) ஆகியவற்றை அவற்றின் சரியான பொருள் தமிழில் வரும்வண்ணம் மொழிபெயர்க்க வேண்டும். இதற்கான சில வழிமுறைகள்:

சரியான பொருளை அகராதிகள், கலைக்களஞ்சியங்கள், துறைசார் வல்லுநர்கள் மூலம் அறிய வேண்டும்

அவற்றை நேரடியாக மொழிபெயர்க்காமல், அவற்றின்

பொருள் தமிழில் புரியும்வண்ணம் சொல்லைப் பயன்படுத்த வேண்டும். அப்படிப்பட்ட சொல் கிடைக்காவிட்டால் விளக்கி எழுதிவிட வேண்டும்.

துறைசார் கலைச்சொற்களுக்கான அகராதிகள் பல இணையத்தில் கிடைக்கின்றன. அவற்றைப் பார்த்துப் பொருத்தமான சொல்லைத் தேர்ந்தெடுத்துக்கொள்ளலாம்.

கவனத்தில் கொள்க:

அறிவியல் முதலான துறைகளுக்கே உரிய சொற்களுக்கு எளிய தமிழ்ச் சொற்களைப் பயன்படுத்துங்கள்.

அகராதி அல்லது இணையத்தில் தேடிச் சொற்களை அறிந்துகொள்ளுங்கள்.

சட்டம், தடுப்பூசி, பங்குச் சந்தை என்பன போன்ற பழக்கமான சொற்களாக இருந்தால் அப்படியே எழுதினால் போதும்.

பழக்கமில்லாத சொல்லுக்கு அருகில் அவற்றின் ஆங்கிலச் சொல்லை அடைப்புக் குறிக்குள் தர வேண்டும்.

தமிழில் பொருத்தமான சொல் இல்லாத நிலையில் விளக்கம் தர வேண்டும்.

36

யார், எங்கே, என்ன, எது?

பொருள் குழப்பம் எப்படி ஏற்படுகிறது? பொருத்தமற்ற சொற்கள், இலக்கணப் பிழைகள் ஆகியவற்றால் ஏற்படும் குழப்பம் ஒருபுறம் இருக்க, வாக்கியத்தை அமைக்கும் விதத்தாலும் பெருமளவில் குழப்பம் ஏற்படுகிறது.

வாக்கிய அமைப்பு எப்படி இருக்க வேண்டும்? எதைச் சொல்ல வருகிறோமோ அதைத் தெளிவாகச் சொல்லும் விதத்தில் இருக்க வேண்டும்.

வாக்கியக் குழப்பங்கள் பலவிதமாக இருந்தாலும், அவற்றின் மூல வேர் வாக்கியத்தை அமைக்கும் விதத்தில் இருக்கிறது. இந்த வாக்கியத்தைப் பாருங்கள்:

'மரங்களை அரசு உத்தரவின் பேரில் பாலம் அமைப்பதற்காகப் பொதுப்பணித் துறை ஊழியர்களால் வெட்டப்பட்டன.'

இந்த வாக்கியத்தில் 'மரங்கள்' என்று இருந்திருக்க வேண்டும். அல்லது, 'ஊழியர்கள் வெட்டினார்கள்' என்று இருந்திருக்க வேண்டும்.

செய்வினை, செயப்பாட்டு வினைக் குழப்பம் ஒருபுறம் இருக்க, இந்த வாக்கியமே குழப்பமாக உள்ளது. அதை இப்படி மாற்றிப் பாருங்கள்:

'அரசு உத்தரவின் பேரில் பாலம் அமைப்பதற் காகப் பொதுப் பணித் துறை ஊழியர்களால் மரங்களை வெட்டப்பட்டன' –

இந்த வாக்கியத்தில் தவறு சட்டென்று தெரிந்துவிடுகிறது அல்லவா? எனவே, உடனடியாக *'மரங்கள் வெட்டப்பட்டன'* என்று திருத்தப்பட்டுவிடும்.

பிரச்சினை எங்கே இருக்கிறது? மரங்கள் என்னும் சொல்லுக்குப் பக்கத்தில் அதோடு தொடர்புடைய வினையை அமைத்தால் குழப்பம் தீர்ந்துவிடுகிறது. மரங்கள் – வெட்டப்பட்டன என்னும் இரு சொற்களுக்கு இடையில் பல சொற்களைச் சேர்க்கும்போது எழுவாய் – பயனிலை குழப்பம் ஏற்படுகிறது. இரண்டையும் அருகருகே அமைத்தால் இந்தக் குழப்பத்தைத் தீர்த்துவிட முடிகிறது.

'மரங்கள் வெட்டப்பட்டன' என்றோ 'மரங்களை வெட்டினார்கள்' என்றோ எழுதும்போது செய்வினை, செயப்பாட்டு வினை குழப்பம் வருவதில்லை.

சில சமயம் குழப்பம் எல்லை மீறியும் சென்றுவிடக்கூடும். இந்த வாக்கியத்தைப் பாருங்கள்:

முதலமைச்சரின் உத்தரவின் பேரில் இலங்கைக் கடற்படையினரால் சுட்டுக் கொல்லப்பட்ட தமிழக மீனவர்களின் குடும்பங்களுக்கு நஷ்டஈடு வழங்கப்பட்டது.

இலக்கணப்படி இந்த வாக்கியத்தில் தவறு இல்லை. ஆனால், பொருள் சார்ந்து பெரும் பிழை இருக்கிறது. முதல்வரின் உத்தரவின் பேரில் மீனவர்கள் சுட்டுக் கொல்லப்பட்டார்கள் என்னும் பொருள் வருகிறது.

இதே வாக்கியத்தை இப்படி மாற்றிப்பாருங்கள்:

இலங்கைக் கடற்படையினரால் சுட்டுக் கொல்லப்பட்ட தமிழக மீனவர்களின் குடும்பங்களுக்கு, முதலமைச்சரின் உத்தரவின் பேரில் நஷ்டஈடு வழங்கப்பட்டது.

யார் செய்தது, எதைச் செய்தார், எங்கே செய்தார், எப்போது செய்தார் என்பன போன்ற விவரங்களில் எந்தக் குழப்பமும் இல்லாத வகையில் வாக்கியத்தை அமைக்க வேண்டும். சிறிய வாக்கியங்களை அமைத்தால் குழப்பம் பெரும்பாலும் வராது. பெரிய வாக்கியங்களை எழுதினால் ஒரு முறைக்கு இரு முறை படித்துப் பார்க்க வேண்டும்.

இந்த உதாரணத்தைப் பாருங்கள்:

1976இல் ஜெயகாந்தன் எழுதிய 'சில நேரங்களில் சில மனிதர்கள்' நாவல் திரைப்படமாக்கப்பட்டது.

ஜெயகாந்தன் 1970இல் இந்த நாவலை எழுதினார். அது படமாக்கப்பட்டது 1976இல். ஆனால் இந்த வாக்கியத்தைப் படிக்கும் ஒருவர் ஜெயகாந்தன் 1976இல் நாவல் எழுதியதாகக் கருதிவிடும் வாய்ப்பு இருக்கிறது.

ஜெயகாந்தன் எழுதிய 'சில நேரங்களில் சில மனிதர்கள்' நாவல் 1976இல் படமாக்கப்பட்டது.

இப்படி எழுதினால் குழப்பம் வராது.

இன்னொரு எடுத்துக்காட்டு:

இந்த அங்கீகாரம் தொடர்ந்து இயங்கிக்கொண்டே இருக்க வேண்டும் என்பதற்கான ஊக்கம்.

எது தொடர்ந்து இயங்க வேண்டும்? அங்கீகாரமா?

தொடர்ந்து இயங்கிக்கொண்டே இருக்க வேண்டும் என்பதற்கான ஊக்கம் இந்த அங்கீகாரம்.

அங்கீகாரம் என்னும் எழுவாய் இடம் மாறியதும் தெளிவு பிறக்கிறது.

இதையும் பாருங்கள்:

அந்த நிகழ்ச்சிக்காக அய்யனார் அரங்கம் என்று அழைக்கப் பட்ட அரங்கத்தை ஒப்பந்தம் செய்தார்கள்.

அந்த நிகழ்ச்சிக்காகத்தான் அது அய்யனார் அரங்கம் என அழைக்கப்பட்டதா? இதே வாக்கியத்தை இப்படி மாற்றிப் பாருங்கள்:

அய்யனார் அரங்கம் என்று அழைக்கப்பட்ட அரங்கத்தை அந்த நிகழ்ச்சிக்காக ஒப்பந்தம் செய்தார்கள்.

இதில் குழப்பமே இல்லை, அல்லவா?

எது, யார், எதை, எங்கே என்பன போன்ற விவரங்களில் குழப்பம் இல்லாமல் வாக்கியங்களை அமைக்க வேண்டும்.

இப்படி ஒரு வாக்கியத்தை அண்மையில் வாசிக்க நேர்ந்தது:

ஞாயிறன்று அரக்கோணத்தில் வசிக்கும் முப்பது வருட நண்பர் ஒருவர் வீட்டுக்குச் சென்றிருந்தேன்.

அவர் ஞாயிறன்று மட்டும்தான் அரக்கோணத்தில் வசிப்பாரா?

அரக்கோணத்தில் வசிக்கும் முப்பது வருட நண்பர் ஒருவர் வீட்டுக்கு ஞாயிறன்று சென்றிருந்தேன்.

ஒரு சொல் கேளீர்!

'எல்லாமே சரியான நேரத்தில் செயல்படுத்துவதில்தான் அடங்கியுள்ளன' என்ற வாக்கியத்தை 'சரியான நேரத்தில் செயல்படுத்துவதில்தான் எல்லாமே அடங்கியுள்ளன' என்று எழுதும்போது எது, என்ன, ஏன், எப்படி என்ற குழப்பம் நேர்வதில்லை.

எழுவாயையும் பயனிலையையும் கூடியவரை அருகருகே அமைக்கலாம்.

எழுவாய்க்குப் பிறகு பயனிலை என்னும் வரிசையைக் கூடியவரையில் கடைப்பிடிக்கலாம்.

உதாரணங்கள்:

முதல்வர் பத்து நாட்கள் சுற்றுப்பயணத்துக்குப் பிறகு சென்னை திரும்பினார்.

பத்து நாட்கள் சுற்றுப்பயணத்துக்குப் பிறகு முதல்வர் சென்னை திரும்பினார்.

கிளம்பினான் அவன்

அவன் கிளம்பினான்

சில சமயம் எழுவாயைக் கடைசியில் அமைக்கும்போது, வாக்கியத்துக்குக் கூடுதல் அழுத்தமோ வலுவான முத்தாய்ப்போ கிடைக்கும். 'காவிரி வந்தது' என்பதைக் காட்டிலும் 'வந்தது காவிரி' என்று எழுதும்போது தொனி மாறுகிறது.

'கிளம்பியது படை' என்று சொல்லும்போது கிடைக்கும் உணர்வு 'படை கிளம்பியது' என்று சொல்லும்போது இல்லை.

கவிதைகளில், கட்டுரைகளின் முத்தாய்ப்பில், இத்தகைய வாக்கியங்களை அதிகம் பார்க்கலாம். மற்றபடி இதைத் தவிர்ப்பது நல்லது.

37

நடையா, இது நடையா

மொழியில் நடை என்பது ஒருவர் எழுதும் பாணியை (Style) குறிக்கும். லா.ச. ராமாமிர்தத்தின் எழுத்து நடை அலாதியானது, சுஜாதாவின் மொழி நடை துள்ளலானது என்றெல்லாம் சொல்லப்படுவதுண்டு. இந்த நடை என்பது எழுதுபவரின் தனித்தன்மை. ஆனால், பொதுவாக மொழி நடை என்று சொல்லப்படுவது எழுதும் விதத்தில் அனைவருக்கும் பொருந்தக்கூடிய கூறுகளை உள்ளடக்கியது. எழுதும் விதத்தை, அதில் கவனிக்க வேண்டிய கூறுகளைப் பற்றியது. தெளிவான உரைநடை அமைவதற்கு உதவக்கூடிய சில கூறுகளை இங்கே பார்ப்போம்.

கூறியது கூறல்

ஒரு வாக்கியத்திலோ பத்தியிலோ ஒரே சொல்லை, ஒரே தொடரைத் திரும்பத் திரும்ப எழுதக் கூடாது.

வெளியுறவுத் துறை அமைச்சர் சுஷ்மா ஸ்வராஜ் அரசுமுறைப் பயணமாக எகிப்துக்குச் சென்றார். இந்த அரசுமுறைப் பயணத்தின்போது வெளியுறவுத் துறை அமைச்சர் சுஷ்மா ஸ்வராஜ் அந்நாட்டின் அதிபர், வெளியுறவுத் துறை அமைச்சர் ஆகியோரைச் சந்தித்துப் பேசுவார். அங்கு நிகழும் கலாச்சார நிகழ்ச்சிகளிலும் வெளியுறவுத் துறை

அமைச்சர் சுஷ்மா ஸ்வராஜ் கலந்துகொள்வார். ஒருவார காலம் இந்த அரசமுறைப் பயணம் நீடிக்கும். இவ்வாறு வெளியுறவுத் துறை அமைச்சகத்தின் செய்திக் குறிப்பு தெரிவிக்கிறது.

மேலே உள்ள பத்தியில் அரசுமுறைப் பயணம், வெளியுறவுத் துறை அமைச்சர் சுஷ்மா ஸ்வராஜ் ஆகியவை திரும்பத் திரும்ப வருகின்றன. முதலில் ஒரு முறை குறிப்பிட்ட பிறகு அடுத்தடுத்த இடங்களில் பயணம், அமைச்சர் என்று குறிப்பிட்டால் போதும்.

பதவி / பொறுப்பு / உறவு முறை ஆகியவற்றை முதலில் குறிப்பிட்டால் போதும் அடுத்து வரும் இடங்களில் அப்படியே திரும்பச் சொல்ல வேண்டும் என்பதில்லை.

பொதுப்பணித் துறை அமைச்சர் இரா. செல்வேந்திரன் இன்று (ஆகஸ்ட் 25) மதியம் வெள்ள பாதிப்பைப் பார்வையிடச் செல்கிறார். வெள்ள பாதிப்பைப் பார்வையிட்ட பிறகு பொதுப்பணித் துறை அமைச்சர், தன் அறிக்கையை முதல்வரிடம் அளிப்பார் என்று செய்திக் குறிப்பு தெரிவிக்கிறது.

இந்தப் பத்தியில் வெள்ள பாதிப்பு, பொதுப்பணித் துறை அமைச்சர் ஆகியவை இரண்டு இடங்களில் வருகின்றன. இதைத் தவிர்க்க வேண்டும். மாற்றி எழுதப்பட்ட பத்தியைப் பாருங்கள்:

இன்று (ஆகஸ்ட் 25) மதியம் வெள்ள பாதிப்பைப் பார்வையிடச் செல்லும் பொதுப்பணித் துறை அமைச்சர் இரா. செல்வேந்திரன், பாதிப்பு குறித்த தன் அறிக்கையை முதல்வரிடம் அளிப்பார் என்று செய்திக் குறிப்பு தெரிவிக்கிறது.

சொற்சிக்கனம்

கவிப்ரியாவின் தந்தை மகேந்திரன் துணிக்கடைக்குத் தன் மகளைக் கூட்டிச்சென்றார். புத்தகக் கடைக்குச் செல்ல வேண்டுமென்று கவிப்ரியா தன் தந்தை மகேந்திரனிடம் கூறினார்.

இந்த வாக்கியத்தில் தந்தை என்னும் சொல் இரண்டு முறை வருகிறது. பெயர்களும் திரும்ப எழுதப்படுகின்றன. இதை இப்படி எழுதுங்கள்:

மகேந்திரன் தன் மகள் கவிப்ரியாவைத் துணிக்கடைக்குக் கூட்டிச்சென்றார். புத்தகக் கடைக்குச் செல்ல வேண்டுமென்று கவிப்ரியா கூறினார்.

முதல் பத்தியில் 16 சொற்கள். இரண்டாவதில் 12. நான்கு சொற்கள் குறைவாக எழுதினாலும் சொல்லவரும் பொருள் மாறுவதில்லை. படித்ததையே திரும்பத் திரும்பப் படிக்கும் அலுப்பும் ஏற்படுவதில்லை.

சொற்சிக்கனம் எழுத்துக்கு மிகவும் முக்கியம். அது வாசகருக்கு நாம் தரும் மரியாதை.

நான்கு சொற்களில் சொல்லக்கூடிய ஒரு விஷயத்தை ஐந்து சொற்களில் சொல்லக் கூடாது. நான்கு வாக்கியங்களில் சொல்லக்கூடிய ஒரு விஷயத்தை ஐந்து வாக்கியங்களில் சொல்லக் கூடாது. சொற்சிக்கனம் என்பது இதழியலின் மிக முக்கியமான அம்சங்களில் ஒன்று. வாசகரின் நேரத்தை நாம் தேவையில்லாமல் எடுத்துக்கொள்ளக் கூடாது. சொன்னதையே திரும்பச் சொல்லி வாசகரைச் சலிப்படைய வைக்கக் கூடாது.

38

எளிமை என்னும் சிறப்பு

பிழையின்மை, தெளிவு, எளிமை ஆகியவை மொழிநடையில் முக்கியமானவை. கூறியது கூறலைத் தவிர்த்தல், சொற்சிக்கனம் பேணுதல் ஆகியவற்றுடன் மேலும் சில கூறுகளையும் நாம் கவனிக்க வேண்டும்.

பத்திகள்

கூடியவரை சிறிய பத்திகளை அமைத்தல் நல்லது. குறிப்பாக, முதல் பத்தியை எவ்வளவு முடியுமோ அந்த அளவுக்குச் சிறிதாக அமைக்கலாம். அது வாசகரை எளிதாக உள்ளே இழுக்கப் பயன்படும்.

சாரமான கருத்தையோ தாக்கம் ஏற்படுத்தும் செய்தியையோ தாங்கி நிற்கும் கடைசிப் பத்தியும் சிறியதாக இருந்தால் அதன் தாக்கம் அதிகரிக்கும்.

கட்டுரை அல்லது செய்தியில் உள்ள முக்கியமான அம்சங்களைப் பொறுத்துப் பத்திகளைப் பிரிக்கலாம். ஓர் அம்சத்துக்கு ஒரு பத்தி என்று பிரித்துக் கொள்ளலாம். ஓர் அம்சத்துடன் தொடர்புள்ள கூடுதல் தகவல்களையும் வாதங்களையும் அதே பத்தியில் கொடுக்கலாம். மாற்றுப் பார்வையைச் சொல்வதற்குப் புதிய பத்தியைத் தொடங்கலாம்.

அடுத்த அம்சத்துக்கு அடுத்த பத்தி.

சொற்களின் பொருத்தம்

இந்தச் சொற்களைப் பாருங்கள்:

குறிப்பிடத்தக்கது, நினைவுகூரத்தக்கது, தெரிவித்தார், கூறினார், வாதிட்டார், இதையடுத்து, இந்நிலையில், குறிப்பாக, குறிப்பிட்டார், எனவே, எனினும்...

ஒரு செய்தியை எழுதுகையில் இந்தச் சொற்கள் தேவைப்படும். ஆனால், இந்தச் சொல் ஒவ்வொன்றையும் அதன் தேவையைப் பொறுத்து கவனமாகக் கையாள வேண்டும். தேவையில்லாமல் இந்தச் சொற்களைப் பயன்படுத்துவதையும் ஒரே கட்டுரையில் இதுபோன்ற ஒரு சொல்லை அல்லது ஓரிரு சொற்களைத் திரும்பத் திரும்பப் பயன்படுத்துவதையும் தவிர்க்க வேண்டும். தெரிவித்தார் என்னும் சொல்லை எல்லாவற்றுக்கும் பயன்படுத்தக் கூடாது. அரசியல் அல்லது வேறு துறைகளைச் சேர்ந்த பிரமுகர் கூறுவதை / அவர் அறிக்கையை வழங்கும்போது இந்தச் சொல் தேவைப்படும். ஆனால், தகவலாக வரும் இடங்களில் மட்டுமே இந்தச் சொல்லைப் பயன்படுத்த வேண்டும். வாதம், கேள்வி, வேண்டுகோள், கருத்துரைத்தல் ஆகியவற்றுக்குப் பொருத்தமான சொற்களைப் பயன்படுத்த வேண்டும்.

வாதிட்டார், வாதத்தை முன்வைத்தார், கேள்வி எழுப்பினார், வேண்டுகோள் விடுத்தார், கோரிக்கை எழுப்பினார், என்று கருத்து தெரிவித்தார்...

இத்தகைய சொற்களின் மூலம் ஒருவரது பேச்சை, கருத்துகளை எடுத்துக் கூறலாம்.

"அவர் பேச்சு உள்நோக்கம் கொண்டது என்று அமைச்சர் தெரிவித்தார்" என்று எழுதுவதைக் காட்டிலும்,

"அவர் பேச்சு உள்நோக்கம் கொண்டது என்று அமைச்சர் குற்றம்சாட்டினார்" என்று எழுதுவது பொருத்தமாக இருக்கும்.

எளிமையின் அழகு

எளிமை என்பது ஊடகங்களின் அடிப்படையான அம்சம். மிக மிகச் சாதாரணமான கல்வியறிவு பெற்ற வாசகருக்கும் புரியும்படி எழுத வேண்டிய தேவை ஊடகங்களுக்கு இருக்கிறது.

நீவிர், உமக்கு, அகன்றிடின், பார்க்கின் என்பன போன்ற சொற்களை வெகுஜன ஊடகங்களில் பயன்படுத்துவதில்லை. நீங்கள், உங்களுக்கு, அகன்றுவிட்டால், பார்த்தால் என்று எளிமையான சொற்களையே பயன்படுத்துகிறோம்.

இருக்கின்றனர், வந்தனர், தந்தனர், தெரிவிக்கின்றனர் என்றெல்லாம் எழுதுவதற்குப் பதிலாக,

இருக்கிறார்கள், வந்தார்கள், தந்தார்கள், தெரிவித்தார்கள் என்று எழுதுவது எளிமையாக இருக்கிறது அல்லவா?

நீளமான வாக்கியங்கள், கூட்டு வாக்கியங்கள் ஆகியவற்றையும் தவிர்க்க வேண்டும்

மக்களிடையே புழங்கும் சொற்களையே கூடியவரையிலும் பயன்படுத்த வேண்டும்.

சிறிய வாக்கியங்கள், தெளிவான வாக்கிய அமைப்புகள், மக்களிடையே அதிகம் புழங்கும் சொற்கள் ஆகியவற்றைப் பயன்படுத்த வேண்டும். குறிப்பிட்ட குழு / பிரிவினர் மத்தியில் மட்டும் புழங்கும் சொற்களைக் கூடியவரையில் தவிர்க்க வேண்டும்.

எழுதிய பிறகு ஒரு முறை நிதானமாகப் படித்துப்பார்க்க வேண்டும். சாதாரண வாசகருக்கு இது புரியுமா என்று யோசித்துப்பார்க்க வேண்டும்.

39

மொழி நேர்த்தியின் முக்கியக் கூறுகள்

அன்றாடம் நாம் பயன்படுத்தும் மொழியை எப்படிக் கூடியவரையிலும் பிழைகள் இல்லாமல் பயன்படுத்துவதைப் பார்த்து வந்தோம். குறிப்பாக எழுத்து மொழிக்கான முறைகளைப் பல்வேறு கோணங்களில் அணுகினோம். ஒரு சில கூறுகள் மட்டுமே இந்தப் பத்தியில் அலசப்பட்டன. மொழியின் எல்லாக் கூறுகளையும் அலசுதல் சாத்தியமல்ல. இதுவரை அலசப்பட்ட கூறுகளில் முக்கியமானவை இங்கே நினைவுகூரப்படுகின்றன.

இடைவெளிகள்

சொற்களைச் சேர்த்து எழுதுவது, பிரித்து எழுதுவதில் கவனம் தேவை. பல சொற்கள் தமக்கு முன்னால் உள்ள சொற்களுடன் இணைந்து மாறுபட்ட பொருளைத் தருகின்றன. இதுபோன்ற இடங்களில் இச்சொற்களை முன்னால் உள்ள சொற்களுடன் சேர்த்து எழுத வேண்டும்.

எடுத்துக்காட்டுகள்

தான் என்பது நான் என்னும் பொருளைத் தருகிறது. ஆனால், அவ்வளவுதான், அதுதான் என்னும் இடங்களில் மாறுபட்ட பொருளைத் தருகிறது.

விடு என்றால் விடுதல். ஆனால், சொல்லிவிடு, தந்துவிடு என்னும்போது விடு என்பதன் பொருள் வேறு.

கொண்டு என்பது ஏதேனும் ஒன்றை ஒருவர் தம் வசம் வைத்திருத்தல். ஆனால், பார்த்துக்கொண்டு, கேட்டுக்கொண்டு போன்ற இடங்களில் இது உருமாறுகிறது.

வா, வந்தான், வருகிறாள் என்பவற்றின் பொருள் நமக்குத் தெரியும். வேலை செய்துவந்தான், வசித்துவந்தாள் என்றெல்லாம் சொல்லும்போது வா என்னும் சொல் உருமாறி வேறு பொருள் தருகிறது.

இதுபோல உருமாறும் இடங்களில் இச்சொற்களைச் சேர்த்து எழுத வேண்டும்.

ஒருமை – பன்மை

ஒருமை – பன்மை மயக்கம் தவிர்த்து எழுத வேண்டும் (பொருள்கள் வழங்கப்படுகிறது / வழங்கப்படுகின்றன).

ஒவ்வொரு என்று வந்தால் அதன் பிறகு ஒருமைதான் வர வேண்டும் (ஒவ்வொரு மாணவரும், ஒவ்வொரு மாநிலத்திலும்...)

எல்லா என்று வந்தால் பன்மை வர வேண்டும் (எல்லா உறுப்பினர்களும், எல்லா வீடுகளுக்கும்...)

எந்த என்று வந்தால் அதன் பிறகு ஒருமை வர வேண்டும் (எந்தக் குழந்தையும் நல்ல குழந்தைதான்)

நிறுத்தக்குறிகள்

நிறுத்தக்குறிகளைத் தேவையான இடத்தில் மட்டுமே பயன்படுத்த வேண்டும். குறிப்பாக காற்புள்ளியை (,) தேவையற்ற இடங்களில் பயன்படுத்துவதைத் தவிர்க்க வேண்டும்.

மற்றும், ஒரு ...

And என்னும் சொல் ஆங்கிலத்தில் இயல்பாகப் புழங்குவதுபோலத் தமிழில் மற்றும் என்னும் சொல் புழங்காது. *You and I, boys and girls, cricket, football and hocky* எனப் பட்டியல் வரும் இடங்களில் எல்லாம் ஆங்கிலத்தில் *and* வரும். ஆனால், தமிழில் மற்றும் என்னும் சொல் இல்லாமலேயே பட்டியலிடும் வழக்கம் தமிழில் உண்டு. எடுத்துக்காட்டுகள்:

மா, பலா, வாழை

அவளும் நானும்

காடும் மலையும்

நிலம், நீர், வானம்

உனக்கும் எனக்கும் ...

அதுபோலவே ஒரு என்னும் சொல்லையும் கூடியவரை தவிர்த்தல் நலம்.

எடுத்துக்காட்டுகள்

அவள் ஒரு அழகான பெண் – அவள் அழகானவள்

அவர் ஒரு வயதான மனிதர் – அவர் முதியவர்

சுருக்கெழுத்துகள்

நன்கு பழக்கமான சுருக்கெழுத்துகளைக் கூடியவரை புள்ளிகள் இல்லாமல் எழுதலாம் (திமுக, அதிமுக, பாஜக, எம்ஜிஆர் ...).

பழக்கமாகாத சுருக்கக்கெழுத்துகளைப் புள்ளிகள் இட்டு எழுதலாம். அப்படி எழுதுகையில் கடைசி எழுத்துக்குப் பின்னாலும் புள்ளி வைக்க வேண்டும் (எஸ்.டி.டி., ஐ.டி.பி.எல்., வெ.சா.வுக்கு, கி.ரா.வுக்கு ...).

புள்ளிவைத்த சுருக்கெழுத்துகள் பட்டியலாகத் தரப்படும் போது கடைசிச் சுருக்கெழுத்துக்குப் பின் புள்ளி வைத்தபிறகு காற்புள்ளியைப் பயன்படுத்த வேண்டும்.

சுப.வீ., வெ.சா., மா.சு., பா.வே....

கேள்விக்குறிகள்

கேள்விக்குறிகளும் தேவைக்கு அதிகமாகப் பயன்படுத்தப்படுகின்றன. கேள்விக்குறி வந்ததுமே வாக்கியம் முடிந்துவிடும்.

காலையா? மாலையா? – தவறு.

காலையா, மாலையா? – சரி.

"உனக்கு என்ன வேண்டும்?" என்று அவர் கேட்டார் – இது நேர்க் கூற்று.

இதை அயல் கூற்றில் எழுதுவதாக இருந்தால்,

உனக்கு என்ன வேண்டும் என்று அவர் கேட்டார்

– எனக் கேள்விக்குறியே இல்லாமல் எழுத வேண்டும்.

ஒற்றெழுத்து

ஒற்றெழுத்து என்பது சிக்கலானது. ஆழமான இலக்கண அறிவு, பிழையற்ற உரைநடைகளுடன் கொண்ட அறிமுகம் ஆகியவற்றால் ஒற்றெழுத்துச் சிக்கலைப் பெருமளவில் போக்கலாம். ஐயம் ஏற்பட்டால் விவரம் அறிந்தவர்களைக் கேட்கலாம். முறையாக எழுதுபவர்களின் பதிவுகளுடன் ஒப்பிட்டுச் சரிபார்க்கலாம். சொல்லிப்பார்த்து முடிவுசெய்யலாம்.

கனமான சொற்கள்

கனமான சொற்கள் தேவையில்லாமல் பயன்படுத்தப்படும் போது தம் கனத்தை, செறிவை, வலிமையை இழக்கின்றன. வாழ்வியல், கருத்தியல், வழமை, பின்நவீனத்துவம் ஆகிய சொற்களைப் பொருளறிந்து தேவையான இடங்களில் மட்டும் பயன்படுத்த வேண்டும்.

பாலினம், சாதி, தொழில், உறவுமுறை . . .

Lesbian, Gay, Bisexual, Transgender (LGBT) ஆகிய சொற்களைத்

தன்பாலின ஈர்ப்பாளர், இருபாலின ஈர்ப்பாளர், மாற்றுப் பாலினத்தவர் எனச் சொல்லலாம்.

மாற்றுப் பாலினத்தவரைக் குறிப்பாகச் சொல்லும்போது திருநங்கை, திருநம்பி ஆகிய சொற்களையே பயன்படுத்த வேண்டும். பொதுவாகக் கூறும்போது திருநர் என்று எழுதலாம்.

பெட்டை, பேடி, கற்பழிப்பு ஆகிய சொற்கள் தவிர்க்கப்பட வேண்டியவை.

விபச்சாரம், விபச்சாரி ஆகியவற்றைத் தவிர்த்துப் பாலியல் தொழிலாளி என்னும் சொல்லைப் பயன்படுத்த வேண்டும்.

சாதி அடையாளம், தொழில் சார்ந்த இழிவான பொருள் ஆகியவை கொண்ட சொற்களைத் தவிர்க்க வேண்டும்.

கள்ளக் காதல், கள்ளக் காதலி, கள்ளக் காதல் ஆகிய சொற்களைத் தவிர்த்து, மண உறவுக்கு வெளியேயான உறவு / மண உறவைத் தாண்டிய காதல் எனக் குறிப்பிடலாம்.

ஹரிஜன் / அரிஜன் என்னும் சொல்லுக்கு மாற்றாக, தலித் என்னும் சொல்லையே பயன்படுத்த வேண்டும்.

இளைய சகோதரன், மூத்த சகோதரி ஆகியவற்றைத் தவிர்த்து, அண்ணன், தம்பி, தங்கை, அக்கா, தமக்கை என்று எழுத வேண்டும்.

உறவு முறைகளைக் குறிக்கையில் சாதி வழக்குகளைத் தவிர்த்துவிட வேண்டும். (அம்மாஞ்சி, ஷட்டகர், அய்யா).

பிறமொழிச் சொற்கள்

பிறமொழிச் சொற்களை எழுதும்போது மூல மொழியில் அவற்றின் சரியான உச்சரிப்பை அறிந்து, தமிழ் ஒலிப்பண்புக்கும் உரைநடை மரபுக்கும் ஏற்ப அதைத் தகவமைத்துக்கொள்ள வேண்டும் (ராட்சசன், கங்கை, கேரளம், இங்கிலாந்து)

தமிழ் ஊர்களின் பெயர்களை ஆங்கில எழுத்து வடிவத்தை அடியொற்றி எழுதுவதைத் தவிர்க்க வேண்டும் (Triplicane – ட்ரிப்ளிகேன் – திருவல்லிக்கேணி).

திரைப்படங்கள், மனிதர்கள், அமைப்புகள் ஆகிய பெயர்களை எழுதும்போது, இவற்றோடு சம்பந்தப்பட்டவர்கள் எப்படி எழுதுகிறார்களோ அப்படியே எழுத வேண்டும். அங்கே நமது இலக்கண அறிவைக் காட்டக் கூடாது.

துறை சார்ந்த சொற்கள்

துறை சார்ந்த சொற்களைக் கூடியவரை தமிழில் எழுத வேண்டும்.

வணிக அடையாளப் பெயர்களை (Brand Names) மொழிபெயர்க்க வேண்டாம்.

நிலைபெற்ற சொற்களை மாற்ற வேண்டாம்.

பொருள்கள் / கருவிகளின் பெயர்கள் (Mouse, Launch Pad...), செயல்பாடுகள் (Welding, processing, tuning...) ஆகியவற்றை அவற்றின் சரியான பொருள் தமிழில் வரும்வண்ணம் மொழிபெயர்க்க வேண்டும்.

எளிமை என்னும் சிறப்பு

நீளமான வாக்கியங்கள், கூட்டு வாக்கியங்கள் ஆகியவற்றைத் தவிர்க்க வேண்டும்

கூடியவரை சிறிய பத்திகளை அமைத்தல் நல்லது.

மக்களிடையே புழங்கும் சொற்களையே கூடியவரையிலும் பயன்படுத்த வேண்டும்.

குறிப்பிட்ட குழு / பிரிவினர் மத்தியில் மட்டும் புழங்கும் சொற்களைக் கூடியவரையில் தவிர்க்க வேண்டும்.

கனமான சொற்களைத் தேவையற்ற இடங்களில் பயன்படுத்த வேண்டாம்.

கூறியது கூறலலைத் தவிர்க்க வேண்டும்

சொற்சிக்கனம் தேவை.

பொதுவாகத் தவறாக எழுதப்படும் சொற்களையும் குழப்பம் தரும் சொற்களையும் தெளிவுபடுத்திக்கொள்வதற்கான பட்டியலைப் பார்ப்போம்.

40

எந்தச் சொல் சரி, எது தவறு?

பொதுவாகத் தவறாக எழுதப்படும் சொற்களையும் குழப்பம் தரும் சொற்களையும் தெளிவுபடுத்திக்கொள்வதற்கான பட்டியல் இது.

இடப்புறம் உள்ளது தவறு அல்லது தவிர்க்க வேண்டியது.

அருகாமை	–	அருகில், அருகமை
அதிருஷ்டம்	–	அதிர்ஷ்டம்
ஆச்சர்யம்	–	ஆச்சரியம்
ஆவண செய்க	–	ஆவன செய்க
அர்ஜுன்	–	அர்ஜூன்
அறுவருப்பு	–	அருவருப்பு
அறுகம்புல்	–	அருகம்புல்
இருபத்தி மூன்று	–	இருபத்து மூன்று
இவைகள்	–	இவை
இயக்குனர்	–	இயக்குநர்
இறுக்கம்	–	இருக்கம்
உடற்கூறாய்வு	–	உடற்கூராய்வு
உத்திரவாதம்	–	உத்தரவாதம்
உளமாற	–	உளமார
எண்ணை	–	எண்ணெய்
ஏற்கனவே	–	ஏற்கெனவே

ஒருசில	–	சில
ஓட்டுனர்	–	ஓட்டுநர்
கத்திரிக்கோல்	–	கத்தரிக்கோல்
கடைபிடித்தல்	–	கடைப்பிடித்தல்
கருப்பு	–	கறுப்பு
கறுமை	–	கருமை
காணல் நீர்	–	கானல் நீர்
காலணி	–	காலனி – (குடியிருப்பு)
காலனி	–	காலணி – (செருப்பு)
காலம்காலமாக	–	காலங்காலமாக
காலாற	–	காலார
கீழ்க்கண்ட	–	கீழ்க்காணும்
கைமாறு	–	கைம்மாறு
கொப்பளம்	–	கொப்புளம்
கோர்வை	–	கோவை
கோர்த்தல்	–	கோத்தல்
சன்னதி	–	சன்னிதி
சித்தரிப்பு	–	சித்திரிப்பு
சுயேட்சை	–	சுயேச்சை
சுமூகம்	–	சுமுகம்
சுவற்றில்	–	சுவரில்
சுறுக்குதல்	–	சுருக்குதல்
தகறாறு	–	தகராறு
திருமணம் செய்தார்	–	திருமணம் செய்துகொண்டார்
தொலைப்பேசி	–	தொலைபேசி
தற்கொலை செய்தார்	–	தற்கொலை செய்துகொண்டார்
தூரம்	–	தொலைவு
நஞ்சை	–	நன்செய்
நடத்துனர்	–	நடத்துநர்

நாகரீகம்	–	நாகரிகம்
நியாபகம்	–	ஞாபகம்
நிருத்தம்	–	நிறுத்தம்
நினைவுகூறுதல்	–	நினைவுகூர்தல்
பதட்டம்	–	பதற்றம்
பிரச்சனை / பிரச்னை	–	பிரச்சினை
புஞ்சை	–	புன்செய்
புள்ளிவிபரம்	–	புள்ளிவிவரம்
பெருநர்	–	பெறுநர்
பெறுனர்	–	பெறுநர்
பெறும்பாடு	–	பெரும்பாடு
பொருமல்	–	பொறுமல்
பொருத்தவரை	–	பொறுத்தவரை
மனதாற	–	மனதார
மறுகுதல்	–	மருகுதல்
மறுவிவருதல்	–	மருவிவருதல்
மாதாந்திர	–	மாதாந்தர
முஸ்லீம்	–	முஸ்லிம்
வம்சாவழி	–	வம்சாவளி
வலது புறம்	–	வலப்புறம்
வரையரை	–	வரையறை
வாராந்திர	–	வாராந்தர
வாழ்த்துக்கள்	–	வாழ்த்துகள்
வெய்யில்	–	வெயில்

குழப்பங்கள், விதிவிலக்குகள்

சில்லறை, சில்லரை ஆகிய இரண்டுமே வழக்கில் இருக்கின்றன. எனவே இவற்றில் ஏதேனும் ஒன்றை வைத்துக்கொள்ளலாம். ஏதேனும் ஒன்றைச் சீராகப் பயன்படுத்துவதே முறையானது.

பொரித்தல், பொறித்தல் ஆகிய சொற்களில் உள்ள 'றி', 'ரி' வேறுபாட்டின் பொருளை அறிந்து பயன்படுத்த வேண்டும்.

எடுத்துக்காட்டு

எண்ணெயில் பொறித்த பண்டம்

கல்லில் பொரித்த எழுத்து

கட்டிடம், கட்டடம் இரண்டும் பயன்படுத்தும் இடங்களைப் பொறுத்த அளவில் சரி.

கட்டடம் *(building)* கட்டப்படுகின்ற இடம் கட்டிடம் *(site)*. அங்கு எழுப்பப்பெறுவது கட்டடம் *(building)*.

வேறுபாடு உணர்ந்து சரியாகப் பயன்படுத்த வேண்டும்.

விதிகள், வழக்குகள்

கிலோமீட்டர், மீட்டர், சென்டிமீட்டர் ஆகிய சொற்களை அப்படியே பயன்படுத்த வேண்டும்.

மைல் என்னும் சொல் வழக்கொழிந்தது.

பவுண்டு என்பது தற்போது புழக்கத்தில் இல்லை. கிலோகிராம் என்னும் சொல்லையே பயன்படுத்த வேண்டும்.

மேலே உள்ள சொற்களுக்குப் பொருத்தமான தமிழ்ச் சொற்கள் இல்லை. தவிர, அந்தச் சொற்கள் தமிழில் இயல்பாகப் புழங்கிவருகின்றன. எனவே தமிழில் அவற்றை உள்ளடக்கி விடலாம். ஆனால், அங்குலம் என்னும் சொல் தமிழில் புழக்கத்தில் உள்ள சொல். எனவே இஞ்ச் என்பதற்குப் பதில் அதையே பயன்படுத்தலாம்.